CHỚ QUÊN MÌNH LÀ NƯỚC

Mưa có tạnh nhưng chân trời còn mãi
Những giọt sương là lệ ở trong mây
Giòng sông đi cho nước nói ngàn ngày
Rằng biển rộng không bến bờ em ạ!

Bùi Giáng
(Không Đủ Gọi - Mưa Nguồn
NXB Hội Nhà Văn, 1993)

VĂN CÔNG TUẤN

Chớ quên mình là nước

Lời tựa: Bác sĩ Đỗ Hồng Ngọc
Lời bạt: Nguyễn Minh Tiến

Biên tập và trình bày: Nguyễn Minh Tiến
Thiết kế bìa sách: Nguyên Minh

United Buddhist Publisher - 2022

VĂN CÔNG TUẤN

CHỚ QUÊN MÌNH LÀ NƯỚC

Tạp văn - khảo luận về Nước

Lời tựa: Bác sĩ Đỗ Hồng Ngọc
Lời bạt: Nguyễn Minh Tiến

NHÀ XUẤT BẢN LIÊN PHẬT HỘI
UNITED BUDDHIST PUBLISHER

MỤC LỤC

LỜI TỰA - Bác sĩ Đỗ Hồng Ngọc

NHƯ NHỮNG LỜI TÂM SỰ

Văn Công Tuấn viết trong *Chớ quên mình là nước* như sau: *"Những bài viết trong tập sách này chỉ là việc đi chắt mót, ngồi xâu chuỗi lại những suy tư và nỗi niềm để tâm sự cùng bạn đọc. Nó không phải là công trình khảo cứu cũng chẳng là tác phẩm văn học. Nó chỉ là một cõi lòng..."*

Một cõi lòng. Chút *"thốn tâm"*. *Chắt mót. Xâu chuỗi.* Nhưng với tôi vô cùng thú vị và đầy những bài học. Có khi nói ra, có khi không nói ra. Là một cõi lòng nên ta hãy đọc từ một cõi lòng. Một cõi lòng không phân biệt.

Có khi là một câu thơ. Có khi là một khúc hát. Khi lại là một công thức. Một bản vẽ. Mấy con số ngoằn ngoèo... Hãy đọc. Ngẫm ngợi. Đôi khi công thức cũng là thơ, bản vẽ cũng là nhạc... Hãy để cho cõi lòng tự trôi chảy.

Trôi chảy như dòng sông cát hôm nay mà ngày xưa chính nơi này là dòng nước chảy xiết, nơi Gotama đã đặt bình bát với lời đại nguyện:

"... một buổi trưa nóng cháy ở Bodh Gaya lắng tai nghe lời anh bạn Ấn Độ kể: 'Chỗ này là ngay giữa sông Ni Liên Thuyền, ngày xưa Sa môn Gotama đã thả bình bát và phát lên một lời đại nguyện, chỗ này nước chảy xiết lắm nhưng bình bát đã trôi ngược.'

"(...) Khi anh Naresh với tất cả lòng cung kính đặt bình bát xuống cát, nơi được xem như là giữa dòng sông lúc bình bát trôi ngược. Tôi thì đã nằm dài dưới cát nóng cầm sẵn máy ảnh để chụp hình. Tôi muốn chụp tấm hình phía trước là bình bát mà đàng sau có phông nền là hình ngôi Tháp Đại Giác Bồ Đề. Chăm chú nhìn vào ống kính,

tôi giật mình tưởng mắt mình đang hoa. Hay do vì buổi trưa nắng Ấn Độ mà cát lại nóng quá nên tôi bị lóa mắt? Tôi đẩy máy ảnh qua bên và nhìn kỹ bình bát. Tôi đã nhìn thấy. Vâng, tôi thấy bình bát chuyển động trong vòng gần một phút. Có thể nào do cát lún nên bình bát "rục rịch" như vậy? Hay là một cái rùng mình của đất trời? Nhưng sao kéo dài cả phút. Trong tôi dấy lên một niềm rung động kỳ lạ. Naresh cũng thấy như tôi và đứng ngẫn người trố mắt nhìn. Có phải có bàn tay chư Thiên hay có con rắn chuyển mình làm bình bát chuyển mình trên cát?

"Không, tôi nghe rất rõ: "hồn nước" đang nhẹ nhàng luân chuyển dưới nguồn sâu trong lòng cát nóng buổi chiều Ấn Độ.

"Hai chúng tôi đứng yên lặng tại địa điểm lịch sử này rất lâu, mỗi người đắm chìm trong suy nghĩ của mình. Sau đó mới cùng nhau chậm rãi ôm bình bát đi về hướng cây Ajapala ở Tháp Đại Giác. Chúng tôi thỉnh bình bát về khu vực tháp và kết thúc một chuyến đi: Ôm bình bát dõi theo bước chân Sa môn Gotama ngày xưa"...

Rồi từ câu chuyện của dòng sông nay đã trở thành sa mạc cát mênh mông, Văn Công Tuấn nói về chuyện môi trường, chuyện nylon, mủ nhựa...

"Xin cùng nhau bắt tay ngay cứu hành tinh của chúng ta, trước khi nỗ lực đi chiếm hữu Sao Hỏa hay Cung Trăng. Với lòng tham và tâm bất thiện thì dù con người có sở hữu mười Sao Hỏa, trăm Cung Trăng cũng không thấy đủ. Rồi rác cũng sẽ tràn ngập ở bên đó. Mà đúng vậy, không phải nói chơi, NASA đã xác nhận, ngay bây giờ cũng đã thấy plastic trên Sao Hỏa rồi đó. Thật hết ý!"

Rồi ngẫm ngợi chuyện xưa chuyện nay, Văn Công Tuấn... tự nhắc mình với những bài học:

Cũng tại bát nước mà Tôn giả A Nan đã gặp gỡ Ma Đăng Già hôm đó. "Người đâu gặp gỡ làm chi, trăm năm biết có..." để rồi Phật phải vất vả một phen. "Tựu trung cũng từ một bát nước ấy mà sinh sự. Giả sử, hôm đó Tôn giả A Nan cũng đi khất thực như mọi ngày *mà không khát nước thì đâu có chuyện gì xảy ra. Hoặc giả, nếu gặp người con gái không đa tình như Ma Đăng Già thì chỉ có vài mẩu đối thoại ngắn, rồi dâng nước, rồi uống nước là xong chuyện."*

Bài học là đừng có... khát nước!

Rồi chuyện của nhà bác học Alexander Fleming (1881-1955) ân nhân vĩ đại của nhân loại đã phát minh ra Peniciline đã tuyên bố tại Hàn Lâm Viện Y Khoa Anh Quốc: *"Sao người ta cứ gán cho tôi cái công phát minh ra chất Peniciline. Không ai phát minh ra được chất Peniciline, vì tạo hóa đã sinh ra nó từ thuở nào đến giờ, nhờ một loại mốc... Tôi chỉ có công làm cho mọi người chú ý tới chất đó, và đặt cho nó cái tên, thế thôi."*

Phật cũng bảo Ta chẳng nói gì, Ta chẳng dạy ai điều chi, mọi thứ đã sẵn có đó thôi!

Rồi chuyện Nhà Nho và Phật giáo. Anh nhắc học giả Cao Huy Thuần kể chuyện nhà nho, nhà khoa học Hoàng Xuân Hãn... ngày ngày đi chùa Trúc Lâm ở Paris vì rằng *"Nho thì động mà Phật thì tịnh. Động rồi thì phải tịnh thôi."* Văn Công Tuấn kể chuyện cụ Phan Sào Nam, nhà Nho với *"Khổng Học Đăng"* sau này đã thường xuyên lui tới chùa và viết *"Phật Học Đăng"*. Cụ Sào Nam thường tìm đến chùa Tường Vân để hàn huyên, bàn chuyện văn thơ, chuyện thế sự và Phật pháp với Hòa thượng Thích Tịnh Khiết. Hai con người uyên thâm Hán học ấy đã một thời là bạn tâm giao, chỉ khác: một người là Hòa Thượng, một người là Nho Sĩ.

Nước xuôi ra biển lại tuôn về nguồn.

***

"Chớ quên mình là nước", Văn Công Tuấn ngậm ngùi sẽ đến lúc *"dưới biển cá thôi bơi, trên trời chim hết lượn..."* để rồi nhắc đến cái chết của dòng sông Cửu Long.

Anh nói, đọc cuốn ký sự Đi Dọc Dòng Sông Phật Giáo tự dưng thấy sao... nước mắt tự động chảy ra, không cầm được:

Bởi vì chiều buồn chiều về giòng sông
Bởi vì tình đời nào chỉ thù oán
Hãy cất tiếng ca cho đời thêm buồn
Hãy cất tiếng ca cho lòng thôi khô héo...

(Phạm Duy)

"*Vậy một con rồng của Tiền Giang đã chết. Ở Hậu Giang thì hiện nay, cửa sông Ba Lai được thay thế bằng hệ thống cống đập ngăn mặn chặn vĩnh viễn dòng chảy...*"

"*Cửu Long bây giờ là 7 con rồng. Nói sao nghe khó lọt lỗ tai quá.*

"*Hèn chi chật chội. Hèn chi sinh sự!*"

Rồi cảm thán:

"*Có phải vì vậy mà người Khmer gọi Mê Kông là Dòng Sông Mẹ. Tiếng Miên chữ "Mê" là "mẹ" còn "Kông" là "sông". Tại sao? Vì những chàng, những nàng có tên gọi "Buổi chiều Lục tỉnh" hay ham vui, hay dzô dzô ba xị đế, hay hò ơ dí dầu, hay đàn ca tài tử... Nhưng khi buồn quá thì những trò vui đó không khỏa lấp hết nỗi buồn, những chàng hay nàng "Chiều" mới tìm về với Cửu Long. Tâm sự với dòng sông. Yên lặng với dòng sông. Như chàng Tất Đạt của Hermann Hese đã về với dòng sông và lắng nghe dòng sông. Chỉ có dòng sông mới nghe, mới hiểu nỗi buồn của Chiều*".

Để rồi kết:

"*Nhớ da diết đám lục bình trôi trên sông Tiền, sông Hậu.*
Không biết giờ này chúng lưu lạc ở đâu?"

Phải. Như những phận người.

Chớ quên mình là nước.

Bác sĩ Đỗ Hồng Ngọc
Saigon, tháng 6.2019

LỜI THƯA

Vào một ngày rất lâu thật lâu, ở vùng quê nghèo khổ cằn nọ có một cậu bé rất mê tắm mưa. Cứ trời vừa trút hạt là trần truồng chạy ra sân tắm. Người lớn bảo cậu rằng, nếu muốn trời mưa thì mỗi sáng, khi được đánh thức phải vùng dậy ngay và hát lớn: *Lạy trời mưa xuống, lấy nước tôi uống, lấy ruộng tôi cày, lấy đầy bát cơm, lấy rơm đun bếp.* Cậu bé đã hát bài đồng dao ấy suốt gần hai năm học vỡ lòng (bây giờ gọi là mẫu giáo). Chiều về trời có mưa hay không để cậu tắm thì cậu ta đã quên mất. Duy chỉ có kết quả thấy rõ của bài hát là cậu ta không bao giờ đến trường trễ giờ như những đứa trẻ quê khác.

Rồi thời gian qua mau. Cậu bé ngày xưa ấy đã ngoại lục tuần. Một hôm nọ lão đứng trên bãi cát thăm thẳm trong một buổi trưa nóng cháy ở Bodh Gaya lắng tai nghe lời anh bạn Ấn Độ kể: *"Chỗ này là ngay giữa sông Ni Liên Thuyền, chỗ này ngày xưa Sa môn Gotama đã thả bình bát và phát lên một lời đại nguyện, chỗ này nước chảy xiết lắm nhưng bình bát đã trôi ngược."* Nghe vậy biết vậy nhưng sao nhìn quanh chỉ thấy toàn cát trắng!

Thời gian dài như cổ tích. Cậu bé và lão ấy là tôi. Tôi đã cưu mang những ước mơ và nỗi ưu tư nọ từ ngày ấy.

Sống ở một thành phố biển của nước Đức tôi đã nhiều lần có cơ hội ôn lại bài học *Sóng và Nước*. Tôi mang bài học ấy làm hành trang, vác nước trên vai đi khắp mọi nẻo đường Âu, Á, Mỹ, Phi. Tôi biết tự thuở nào mình đã có duyên với nước. Tôi thường có dịp nghe những âm thanh cuồng nộ của các cơn sóng đập mạnh vỗ bờ mỗi khi biển động. Tôi cũng từng có lúc ồn ào vô ích như thế. Cho mãi đến một hôm tôi học được bài học rằng, *khi sóng biển lớp sau xô lớp trước, nước vẫn nằm yên trong đó. Sóng lướt đi và nối nhau đi mãi, cho đến lúc vỡ tung ra bên ghềnh đá, trên bờ cát... thì nước mới tràn ra.*

Lời tôi nghe sao thô kệch quá. Phải nhờ thi sĩ nói giúp cho chữ nghĩa thêm phần thơ mộng:

Sóng
Quằn quại
Thét gào,
Không nhớ
Mình
Là nước.[1]

* * *

Xin thưa rằng, mười sáu bài viết ngắn dài trong tập sách này như những lời tâm sự, cũng chỉ vì một ước mong duy nhất: Xin phép nói lên một lời nhắc nhở. Nhắc gì? Nhắc rằng, chúng ta cần biết trân quý trái đất này của chúng ta. Chúng ta cũng nên biết giữ gìn những giọt nước của đất, vốn phủ đầy hai phần ba địa cầu. Đất này, nước này là những dấu tích còn lưu lại của đời trước, là nơi an nghỉ của tổ tiên. Đất và nước này không thể là sở hữu của riêng bất cứ một ai. Xin đừng nói ngây thơ là ai đó vì có tên trong hồ sơ bất động sản nên là kẻ sở hữu. Nếu có chăng những kẻ sở hữu thì kẻ ấy chính là con cháu chúng ta ở các thế hệ sau. Mình chỉ đang mượn tạm để sống, như tổ tiên ta cũng đã làm vậy. Chẳng phải mình đã tiếp nhận đất trời này trong một hình hài còn tốt đẹp từ cha ông đó sao? Phải biết chăm sóc đất, phải tử tế với nước. Một câu chuyện ngụ ngôn kể lại rằng, có một vị thần sức mạnh vô song ngàn người

---

[1] Đỗ Nghê (Đỗ Hồng Ngọc): *Thơ Ngắn Đỗ Nghê*. NXB Văn Hóa Văn Nghệ, 2019.

khó địch nổi, vậy mà khi bị nâng lên, chân hổng đất thì bao nhiêu sức mạnh tiêu tan hết.

Đất, nước còn thì ta còn. Đất, nước an lành thì ta an lạc. Chỉ vậy thôi.

Lại xin thưa thêm, cụ Khổng ngày xưa là bậc thông kim bác cổ vậy mà còn nói *"thuật nhi bất tác"*. [1]. Học theo hạnh ấy, tôi đâu dám ăn nói ngông cuồng. Những bài viết trong tập sách này chỉ là việc đi chắt mót, ngồi xâu chuỗi lại những suy tư và nỗi niềm để tâm sự cùng bạn đọc. Nó không phải là công trình khảo cứu (dù có khi phải trưng dẫn vài con số), cũng chẳng là tác phẩm văn học. Nó chỉ là một cõi lòng.

Nếu có chỗ chưa thông thì xin chư thức giả hoan hỷ chỉ giáo. Tôi xin đón nhận.

Cẩn bút

Nguyên Đạo Văn Công Tuấn
Mùa Hè 2019 – Kiel, Đức quốc

---

[1] Câu nói trong *Luận Ngữ* của Khổng Tử: 述而不作, nghĩa là: Ta chỉ thuật lại mà không sáng tác.

Nỗi Buồn - Nỗi Mất

Ngồi buồn vọc nước giỡn trăng

Nước xao trăng lặn, buồn chăng hỡi buồn!

(Ca dao)

[1]

Mùa đông Hamburg

Tháng giêng của Âu châu thường là tháng đông, tháng trọng đông. Ngoài trời thường tuyết đổ hay mưa dầm, mưa đá... và lạnh run dù đã khoác vào người mấy lớp áo. Vậy sao mà năm nay đất trời lại có phần khác lạ? Chắc đất mẹ đang lên cơn sốt trước thảm họa hâm nóng toàn cầu. Đông đến mà không lạnh, không một bông tuyết. Còn lạ hơn nữa, đã nói không lạnh, không tuyết mà sao mình vẫn cứ run. Người buồn cảnh có vui đâu bao giờ. Cụ Tiên Điền từng nói vậy, đúng tim đen. Tôi đang có tang. Tang một người không cùng huyết thống nhưng lại quá vô cùng thân thiết.

Bà Karla đã đến với cuộc đời tôi như một người mẹ. Qua bà Karla tôi mới mơ hồ có ý niệm thế nào là tình mẹ. Là thằng bé sinh ra và lớn lên ở một vùng đất ngập tràn chiến tranh khói lửa, má tôi đã mất đi sau một cơn bệnh không nặng, ngay trong lúc chiến tranh đang cao độ nên không thể đưa đến bệnh viện để cứu chữa. Lúc ấy thằng bé mới hơn một tuổi đời. Tuổi thơ tôi vì thế chỉ nghe tiếng ru của bom đạn át cả tiếng côn trùng rên rỉ bên tai. Và tuyệt nhiên không có tiếng ru của mẹ. Tôi chưa hề có ý niệm trong lòng thế nào là tình mẹ. Chỉ biết người thiếu phụ đoan trang trong bức hình trên bàn thờ ấy là người mình và các anh chị gọi là má. Các anh chị còn kể lại cho nghe những kỷ niệm đẹp về/với người đàn bà tuyệt vời, về óc thông minh, về từ tâm... Tôi nghe thấy lòng rất vui và đầy tràn hãnh diện, nhưng sao vẫn nghe như nghe chuyện của ai. Nghe mà không thể òa ra khóc được. Kể cả trong các mùa Vu Lan sau này, khi cài những chiếc hoa trắng lên ngực tôi cũng ít thấy buồn. Lại còn cảm nhận rằng cái màu trắng ấy đẹp và tinh khiết hơn các màu khác nhiều lắm.

Và như thế, bà Karla tự dưng đã đến với tôi từ gần năm mươi năm qua. Như một người mẹ thay thế người má đã mất. Nhiều khi tôi nghĩ, hay má tôi đã hiển hiện trong người đàn bà người Đức này để vỗ về thằng con út thiếu tình mẹ. Bà Karla dễ thương nhưng không dễ dãi. Bà thông thái và suốt đời luôn lặng lẽ đi tìm kiếm một lẽ sống minh triết và thánh thiện, cả trong tôn giáo, triết lý, âm nhạc... trong khi lòng vẫn ngập tràn những nghi vấn, luôn ngờ vực với mọi điều mà thế gian gọi tên là chân lý. Không biết bao nhiêu lần chúng tôi đã ngồi tranh luận nhau về đủ mọi vấn đề tôn giáo, triết học, âm nhạc. Hơn thế, bà có khi - và rất thường - là người bạn tâm đắc của chúng tôi. Không phải chỉ cho tôi, cho cả gia đình tôi. Nếu vợ chồng tôi có bất đồng gì với nhau thì bà Karla là người được vợ tôi gọi điện thoại đầu tiên để kể chuyện. Các con tôi gọi bà là bà nội bằng một loại ngôn ngữ riêng chỉ có chúng tôi biết (vì bà ghét dùng chữ Oma trong tiếng Đức, có khi ám chỉ người đàn bà già khọm, quê mùa, suy nhược và ít suy tư). Bà có thể lắng nghe. Bà biết khen những lúc cần khen và biết khuyên bảo những lúc cần khuyên bảo. Bà đàn hay hát giỏi. Giọng bà cất lên cao vút và tuyệt vời vì bà là một ca sĩ chuyên nghiệp, đã tốt nghiệp ở một đại học nổi tiếng là Đại học Âm nhạc thành phố Dresden. Bà còn là ca sĩ chính thức trong Giàn Hợp Xướng Đài Phát Thanh NDR, một trong ba đài phát thanh lớn nhất nước Đức.[1] Khi chúng tôi thật sự gặp nhau (khi còn ở Việt Nam thì chỉ liên lạc bằng thư) thì bà đã về hưu, hưu non do thanh quản có vấn đề nên giọng hát không còn như trước.

Và mới hai tuần trước bà Karla qua đời, ở tuổi 92.

Mất đi một người thân và thiết như thế, sao lòng không "lạnh" được? Một cánh nhạn đã lướt vụt ngang qua mặt hồ nước lặng và bình yên. Bốn mươi tám năm biết nhau có khi chỉ là một chốc lát ngắn ngủi, khi cánh chim đã vụt bay xa khỏi tầm mắt. Suốt năm năm vừa qua, cứ mỗi chủ nhật tôi lái xe vượt gần 200 cây số đường dài xa lộ đến nhà dưỡng lão để được ngồi với bà. Khoảng ấy giờ còn nhanh hơn nữa, nhanh hơn vài giờ xe. Không dấu ghi, không vết mòn. Cánh chim vút bay nhanh quá, không để lại dấu vết đường bay. Nhưng mặt nước lặng này đã từng in dấu chim. Hỏi sao lòng khỏi bùi ngùi xao xuyến.

Ai dám nói, chỉ mùa thu lá vàng rơi rụng mới buồn. Mùa đông cũng buồn. Nhất là mùa đông không giá lạnh, không tuyết đổ... thì nghe càng não ruột hơn.

Rồi buổi sáng hôm nay, cũng vẫn mùa đông 2017/18, lúc đang ngồi ở chùa Bảo Quang hầu Sư Bà bị bệnh – như tôi đã ngồi bên bà Karla trước đây mỗi cuối tuần trong suốt năm năm qua - tôi nhận được món quà quý mà lão tiền bối họ Đỗ đã đoái hoài gởi đến một tâm hồn đang cô đơn lạc lõng. Chỉ vỏn vẹn mấy chữ thật ngắn qua email mà quá tình: *Gởi Tuấn tập thơ mới layout của anh Ngọc "Thơ Ngắn Đỗ Nghê" để lúc nào rỗi rảnh đọc cho vui nhe.*

Dạ không, thưa anh, không thể chờ - dại chi mà chờ. Biết chừng nào là rảnh, chừng nào là rỗi. Đọc ngay. Dở tình cờ vào giữa sách, gặp ngay ở trang 27, bài La Ngà 5:

---

[1] NDR: viết tắt của Norddeutscher Rundfunk (Đài Phát Thanh Quốc Gia ở Bắc Đức).

Ba dạy con
Mỗi ngày
Một chút
Không bài học nào
Như ba đã học
Từ con
Nỗi mất!

Tôi nhắm mắt, buông tay cho mình tha hồ rơi vào cõi không. Điều ấy chỉ có lời thơ, tình thơ, ý thơ mới diễn tả được. Điều ấy chỉ có thi sĩ mới nói hết lời được, dù rất ít chữ. Nỗi Mất. Chỉ hai chữ "Nỗi Mất" vang vọng tự trong lòng thôi. Chỉ lúc này tôi mới cảm nhận có vật gì đó vừa rón rén bước qua đời mình, vừa mỉm cười và vỗ nhẹ cánh bay đi. Nhẹ nhàng và vô tình (như những giọt nước vuột qua kẻ tay). Rồi lướt nhẹ bay thẳng qua cửa sổ đi vào trời đông. Adieu!

[2]

Vua Dụ Tông đời Lê cho người cung thỉnh Thiền sư Hương Hải (1628 – 1715) vào triều vấn đạo. Hỏi:

- Thế nào là thâm ý của đạo Phật?

Sư đáp lời vỏn vẹn:

- Nhạn quá trường không
Ảnh trầm hàn thủy
Nhạn vô di tích chi ý
Thủy vô lưu ảnh chi tâm.[1]

---

[1] Ông Lê Quý Đôn chép bài thơ này trong *Kiến văn tiểu lục*, nói rằng của Thiền sư Hương Hải, nhưng có lẽ ông đã bị nhầm, vì thật ra trong *Hoằng Trí Thiền Sư Quảng Lục* (宏智禪師廣錄), quyển 4 (Đại Chánh Tạng, Tập 48, kinh số 2001) ở trang 48, tờ c, dòng 1 và 2 đã thấy nhắc đến thi kệ này và ghi rõ niên

Nhạn bay trên không
Bóng chìm đáy nước
Nhạn không ý để dấu
Nước không tâm lưu bóng.

Vua khen ngợi:

- Lão sư thông suốt thay !

Thông suốt gì? Tại sao?

Vua nói vua biết. Tôi kẻ thường dân làm sao hiểu hết ý của thánh thượng ở trên bệ rồng chín tầng cao. Nhưng giờ này cùng đứng trước lời dạy của Thiền sư thì vua, tôi bình đẳng. Ít nhất là trong việc hiểu và hành theo lời dạy của bậc "Lão sư".

Tôi hiểu cho tôi. Cảnh nào thơ mộng và thâm thúy bằng cảnh ấy, có thể là cảnh một buổi chiều buồn như hôm nay. Một cánh chim nhạn từ đâu đó xuất hiện trên cõi đời. Nhạn bay vụt qua, in hình vào bóng nước. Nhạn lại bay và rồi lặng yên bay đi xa, xa mất hút. Nhạn đà bay xa, nước không còn in bóng nhạn, có thể chỉ còn gợn lại chút mây. Nhưng ai dám nói, mặt nước bây giờ là mặt nước như thuở xưa? Vì nước này đã một thời có in đậm bóng hình chim nhạn.

Và bây giờ nhạn đã bay xa.

đại là năm Kiến Viêm thứ 3 (1129), tức là trước đó 5 thế kỷ. *Phật Tổ Lịch Đại Thông Tải* (佛祖歷代通載) quyển 18 cũng chép thi kệ này ở phần về Thiền sư Thiên Y Nghĩa Hoài, sống vào khoảng niên hiệu Thiên Thánh (1023-1032).

Buồn ơi
gặm nhấm thêm chi

Trong cuộc đời, mình hay nghĩ đến chuyện tới, ít nghĩ chuyện lui; nghĩ chuyện đi, ít nghĩ chuyện về. Và mình cũng hay nghĩ đến chuyện được mà ít nghĩ chuyện mất.

Tháng 11 năm 2017 tại Bonn, nước Đức, đại biểu gần 200 quốc gia đến nhóm họp bàn về chuyện bảo vệ thiên nhiên, chống tác động hâm nóng toàn cầu, gọi là *"UN-Klimakonferenz"* lần thứ 23, gọi tắt là COP23. Tiếng Việt mình dịch là Hội nghị Liên Hiệp Quốc về Biến đổi Khí hậu. Nhiều chính trị gia cao cấp cũng đã đến tham dự. Bà Thủ Tướng Merkel của Đức đến và xác nhận thêm: *Vấn đề biến đổi khí hậu là "thách thức trọng tâm của cả nhân loại".*

Các đại biểu đã làm việc cật lực với nhau trong suốt 12 ngày.

Họ chia nhau theo từng nhóm nhỏ, thảo luận thật chi tiết trong nhiều phòng họp hay nhiều hội trường lớn, nhỏ khác nhau. Tại một hội trường nọ của hội nghị, khi vị chủ tọa vừa dứt lời để cho các tham dự viên có thể thuyết trình và thảo luận với nhau thì một anh thanh niên tóc cắt ngắn, có đôi mắt thật sáng và dáng điệu thật từ tốn lên bục phát biểu. Tiếng nói của anh cũng nhỏ nhưng nghe rất rõ. Anh nói: *"Thưa các bạn, nguyên cả một ngôi làng, quê hương của tôi đã bị nhận chìm xuống biển."* Không khí cả hội trường bỗng chùng xuống. Những tham dự viên khác bối rối tưởng như chưa hiểu hết lời anh. Tên anh là Kaboua John đến từ Kiribati, một quốc đảo rất nhỏ ở khu vực Thái Bình Dương, gần Hawaii. Các chuyên gia khí tượng trên thế giới từng tiên đoán rằng, nước Kiribati có toàn diện tích đất ở dưới mực nước biển hai mét, chỉ trong vòng vài mươi năm nữa sẽ bị chìm hẳn vào lòng biển. Nghĩa là Kiribati rồi đây sẽ chìm hẳn trong lòng đại dương, sẽ bị xóa sạch trên bản đồ thế giới ngay trong thế kỷ thứ 21 này. Anh Kaboua đã chỉ cho cả cử tọa thấy hình ảnh ngôi nhà của anh đã bị biển cuốn trôi. Anh nói tiếp: *"Chúng tôi đang mất dần nhà cửa, ruộng vườn, nước uống. Độ mặn muối biển hòa lẫn trong nguồn nước ngầm càng ngày càng lên cao. Nhưng... tôi không muốn mất vĩnh viễn hòn đảo quê hương của chúng tôi, không muốn đánh mất những bãi biển xinh đẹp, những người hàng xóm vừa mở miệng ra là đã nở nụ cười tươi trên môi."*

Nỗi mất này mới thật là nỗi mất quá lớn.

Rồi ngay sau đó đến phiên một cô gái thật trẻ và đẹp tên là Anne Dunn từ nước Fidschi. Quốc đảo Fidschi thuộc châu Đại Dương ở vào phía nam Thái Bình Dương. Cô chỉ cho mọi người thấy những tấm ảnh của Khu Nghĩa Trang mà nơi đó ông bà của cô đã yên nghỉ. Cô nói: *"Đầu năm nay ba tôi mất đi, ước muốn cuối đời của ông là được chôn kế bên cha mẹ của mình. Thế nhưng nghĩa địa nơi chôn cất ông bà nội tôi đâu còn nữa, chỉ còn trơ trọi vài hòn đá nhô lên khỏi mặt biển. Biển đã cuốn trôi tất cả nguồn cội của tôi. Những nơi tôi từng đến đã không còn đó nữa. Chúng tôi cũng giống như tất cả quý vị, chúng tôi cũng mộng mơ và cũng cười đùa. Chúng tôi không thể chỉ là một chấm nhỏ trên hành tinh này. Chúng tôi hiện hữu, sinh sống ở đó."*

Trên cuộc đời này có trăm ngàn kiểu mất mát. Nhưng có nỗi mất mát nào lớn hơn khi con người mất hẳn chỗ mình đang đứng trên quả địa cầu này? Khi mấy tấc đất nhỏ đang ở dưới chân bạn - vâng, khoảnh nhỏ vài cen-ti-mét vuông ngay phía dưới gót chân rắn chắc kia của anh, ngay chỗ dưới những ngón chân xinh đẹp này của chị - bị giật sập đi, bị cuốn trôi mất. Tôi đã từng trải qua những ngày mà cơn lũ lụt ngập cả ngôi làng của mình, cả gia đình phải trèo lên nóc nhà ngồi chờ cơn lũ đi qua. Nhưng điểm khác biệt là tôi biết chắc chắn rằng sau cơn lũ lụt ấy thì mảnh đất của mình sẽ "nổi lên" trở lại, dù nó sẽ mang nhiều thương tích và mất mát. Trong trường hợp này, trường hợp nơi chôn nhau cắt rốn mất đi vĩnh viễn thì tôi không thể nào hình dung được.

Không phải chỉ có hai trường hợp đó. Có hàng ngàn, hàng vạn... ví dụ khác. Họ đã phải dời cả một ngôi làng đi đến nơi khác. Mà họ cũng chỉ dời đến một bãi biển khác thôi, dời sâu vào đất liền thì phải mua đất. Nhưng đó là cách sống sót duy nhất của họ.

Cô Anne Dunn còn nói thêm trong hội nghị rằng, cô không thể hiểu nổi, có những người trên đời này đã chối bỏ việc biến đổi khí hậu. Có những người vẫn hằng ngày vô tình hay cố ý làm những việc vô ý thức để làm tăng độ nóng của trái đất. Những người trực tiếp ít nhiều tạo nên việc hâm nóng toàn cầu ấy chính là tất cả chúng ta. Đặc biệt những người sống tiện nghi trong các nước kỹ nghệ phát triển thì càng có trách nhiệm hơn. Nhưng tựu chung là mọi người ai cũng góp phần vào. Ta phải thành thật xác nhận cùng nhau như vậy. Vậy mà có người còn xem việc này không liên hệ gì đến mình. Họ nghĩ, họ chỉ phải lo việc của họ thôi, ai sống chết mặc ai. Ví dụ như sự kiện hôm 1/6/2017 Tổng thống Donald Trump tuyên bố Hoa Kỳ rút khỏi *Thỏa thuận Khí hậu Paris* vì sợ tốn kém ngân quỹ. Ông chỉ muốn lo cho nước Mỹ theo quan niệm America First của ông, trên căn bản những tốn kém về nhân mạng, đất đai... của những quốc gia còn lại trên thế giới. Nhưng không biết có phải thật sự ông lo cho nước Mỹ hay chỉ lo cho ông? Đáng buồn thay!

Tuần báo Die Zeit (Thời Đại) ở Đức, số 20 ngày 09.05.2019 có đăng tấm hình một người đàn bà cố lội nước đi về nhà vì con đường làng tên Eita ở Kiribati đã ngập nước rồi. Thử nghĩ, nếu ta là bà mẹ ấy, đi chợ nhưng không thể mang quà về nhà cho con được vì ngôi làng của mình đã chìm sâu vào lòng biển, ta sẽ nghĩ sao? Ai trong chúng ta mà không từng có thời ngồi ngóng mẹ từ chợ mang quà về.

Và rồi không phải chỉ có châu Đại Dương bị tai họa, mà cả toàn cầu. Âu, Úc, Mỹ, Phi Châu đều đang hứng chịu những thảm cảnh như vậy. Do độ nóng tăng cao, những tảng băng lớn đang chảy dần và tan vào biển làm lượng nước biển tăng vọt. Nước biển bây giờ không phải ngập đến cổ mà đã sắp qua khỏi đầu. Cũng không phải chỉ ở những nơi với các địa danh xa lạ mà ngay cả trên đồng bằng sông Cửu Long của đất nước mình.

Hai năm trước tôi xem truyền hình thấy chiếu hình ảnh một chú gấu bơi trên biển nhiều giờ, quá mệt mỏi đứng run rẩy, vô vọng trên một tảng băng. Và tảng băng ấy trôi bập bềnh trên biển nhưng đang tan dần chỉ còn... chừng hai mét vuông. Xem đến đó tự dưng nước mắt tôi trào ra và phải tắt máy TV vì không thể xem thêm được nữa. Xin nói thêm, ở những vùng Bắc cực này ngày xưa, có những chú gấu vui đùa với nhau, bơi từ tảng băng này đến tảng băng khác và nằm trên đó nghỉ lấy sức. Bây giờ những tảng băng ấy đã biến mất.

Ai từng gặp nạn, từng lênh đênh giữa biển khơi, như đi vượt biên, mới hiểu thế nào là cái mênh mông đáng sợ và nỗi cô đơn tận cùng, một mình bé nhỏ giữa lòng đại dương. Lo sợ với một nỗi vô vọng vì không có vật gì để tay chân có thể bám víu vào như khi ở trên đất liền, chung quanh chỉ toàn là nước và biển.

Từ cuối tháng 8/2018 các bạn trẻ trên toàn thế giới, đầu tiên là các học sinh rồi lan dần đến sinh viên, đang cổ động phong trào *"Friday for Future"*. Đó là phong trào *"Bãi Khóa và Biểu Tình vào mỗi thứ sáu"* để kêu gọi con người thức tỉnh cho việc bảo vệ thiên nhiên. Họ muốn kêu gọi các chính trị gia có biện pháp chống việc phá hoại môi trường. Phong trào này khởi xướng đầu tiên tại Thụy Điển do một nữ sinh có tên là Greta Thunberg. Greta lúc ấy chỉ mới 15 tuổi. Cô học sinh này có cha là một ca sĩ hát Opera tên là Malena Ernman và mẹ là nữ minh tinh điện ảnh tên Svante Thunberg. Cha mẹ cô ủng hộ ý tưởng này của cô và hỗ trợ phương tiện để Greta thực hiện những nguyện vọng của mình.

Greta từng phát biểu một câu thật cảm động:

"Có người nói với tôi rằng, tôi nên học đại học để trở thành một nhà khoa học khí hậu và góp phần giải quyết khủng hoảng khí hậu. Nhưng đáp án vấn đề khủng hoảng khí hậu đã có sẵn rồi. Chúng ta đã có đủ dữ kiện và giải pháp. Tất cả những gì chúng ta phải làm bây giờ là thức tỉnh và thay đổi." [1]

Dần dần các bạn trẻ trên toàn thế giới đã ủng hộ ý kiến này của Greta. Mỗi thứ sáu trên cả ngàn địa điểm trên toàn thế giới đã có hàng trăm ngàn bạn trẻ nghỉ học xuống đường biểu tình để mong thức tỉnh con người. Tôi đã có lần tham gia trong số họ, dù hôm ấy là ngày mình phải đi làm việc. Đó là hôm thứ sáu, 15.03.2019 tại thủ phủ Kiel của tiểu bang Schleswig-Holstein nơi tôi đang ở. Tôi đi cùng 7.000 học sinh và sinh viên biểu tình trước Tòa Thị Chính Thành Phố và diễn hành đến Tòa Thủ Hiến của tiểu bang Schleswig-Holstein. Tôi đã đọc được một câu biểu ngữ tự viết tay trên tấm cạc tông của anh sinh viên Thomas (24 tuổi). Đọc tấm biểu ngữ khôi hài mà cười... ra nước mắt: *"Hãy chuẩn bị mặc quần tắm vào đi, biển ngập tràn khắp rồi!"* Báo Kieler Nachrichten cho biết ngày hôm đó, riêng tiểu bang Schleswig-Holstein chúng tôi, các bạn trẻ đã đồng loạt tổ chức biểu tình trên 23 thành phố. Cả thế giới ngày hôm đó cũng có tổng cộng 1.800 địa điểm trong 123 quốc gia đã đồng loạt nói lên tiếng nói của những sinh viên học sinh như thế. Họ là những người trẻ đang sinh sống tại Jakarta, Sydney, London, Rom, Stockholm, Tokyo, Florida v.v... Và không phải chỉ một hôm, họ sẽ tiếp tục vào mỗi ngày thứ sáu như thế.

---

[1] Nguyên văn: "Some people say that I should study to become a climate scientist so that I can 'solve the climate crisis'. But the climate crisis has already been solved. We already have all the facts and solutions. All we have to do is to wake up and change."

Tại Hội nghị Liên Hiệp Quốc về Biến đổi Khí hậu COP24 năm 2018 ở Katowice, Ba Lan, cô Greta cũng được mời đến tham dự. Tại đó Greta được ông Tổng Thư Ký Liên Hiệp Quốc António Guterres tiếp kiến và cô có đọc một bài phát biểu cho toàn thể tham dự viên tại đại sảnh đường. Bài phát biểu sau đó được phổ biến rộng và được nhiều người tán thưởng. Nhưng cũng có một số chính trị gia cánh hữu – những người từng chống đối việc bảo vệ môi trường – đã phản đối và phỉ báng gọi là *"mù quáng về ý thức hệ"*.

Không biết ai là kẻ mù quáng (và ích kỷ) đây?

Cuộc biểu tình của sinh viên học sinh vì môi sinh tại Hamburg.
Nguồn hình: Trang Facebook của Greta Thunberg

Trong tác phẩm 365 Lời Khuyên Tâm Huyết, Đức Đạt Lai Lạt Ma thứ 14 đã viết:

"Kiếp người kéo dài tối đa khoảng một trăm năm. Quả hết sức ngắn so với các thời kỳ địa chất.[1] Trong khoảng thời gian ngắn ngủi đó nếu chúng ta chỉ biết tạo ra những điều tồi tệ, thì kiếp người của

---

[1] Chú thích thêm của dịch giả Hoang Phong: Tuổi của vũ trụ là 13.8 tỉ năm, tuổi của địa cầu là 4.5 tỉ năm, sự sống thô sơ nhất dưới hình thức vi sinh vật đơn bào xuất hiện cách nay khoảng 3.5 đến 3.8 tỉ năm. Giống người xuất hiện cách nay 2.8 triệu năm, con người như chúng ta ngày nay xuất hiện cách nay khoảng 200.000 năm.

mình sẽ chẳng mang một ý nghĩa nào cả. Tất cả mọi người đều có quyền được hưởng hạnh phúc, nhưng không một ai có quyền tàn phá hạnh phúc của kẻ khác. Mục đích của sự hiện hữu con người không phải là để tạo ra khổ đau cho những người khác."[1]

●●●

Trong cuộc biểu tình ngày 15.03.2019 ấy tại Kiel, tôi đã đi chung với các bạn trẻ và đã cùng họ la lớn lên rằng: *"Wir sind viele, wir sind laut, weil ihr uns die Zukunft klaut!"* (Chúng tôi là số đông, chúng tôi gây náo động vì các người đã đánh cắp đi tương lai của chúng tôi.)

Tôi đã cùng những người học sinh, sinh viên trẻ la lớn như thế trước Tòa Thủ Hiến của tiểu bang - dù bây giờ mình đã không còn trẻ nữa. Nhưng biết đâu rằng tôi - và những người ở lứa tuổi của tôi - sẽ có ngày quay trở lại trái đất này trong một kiếp lai sinh, sẽ cùng những người trẻ cùng gánh chịu các tai ương này?

Xin nhớ cho rằng, ai kẻ trồng đậu sẽ hái đậu, ai kẻ gieo mè sẽ gặt mè. Nhân quả là một quy luật của thiên nhiên bất di bất dịch.

---

[1] Theo: *365 Lời khuyên Tâm huyết của Đức Đạt-lai Lạt-ma - Cẩm nang cho cuộc sống ngày nay.* Đức Đạt-lai Lạt-ma; Matthieu Ricard ghi chép và sắp đặt bản gốc; Hoang Phong chuyển ngữ. Đây là lời thứ 317.

Dõi bóng nước

Mây kéo xuống biển thì nắng chang chang
Mây kéo lên ngàn thì mưa như trút

(Ca dao)

Nhưng nước cũng đâu ngồi yên ở đó.

Có ông triết gia nói điều đó từ hơn hai ngàn năm trăm năm trước. Ấy là ông Heraclitus. Ông nói: *"Bạn không thể tắm hai lần trong cùng một dòng sông - You could not step twice into the same river."* Ông ấy là ông tổ của phép biện chứng triết học gốc Hy Lạp năm thế kỷ trước Công nguyên.

Nước chảy như thời gian qua đi, không thể níu kéo lại được. Chuyện trên hai ngàn năm trăm năm trước mà nghe cứ như mới. Hiểu bằng cái đầu thì dễ nhưng mấy khi nhận ra được bằng chính con tim, nếu không tự đứng trước một nỗi mất.

Sông ra đi phần sông, biển ngập tràn phần biển, và đời người cũng đi dần qua từng giây từng phút như những áng mây kia trôi dạt bay bay ngoài khung cửa sổ.

Nhớ chuyện tuổi thơ ngày xưa. Mỗi lần đi thuyền trên sông Thu Bồn từ Duy Xuyên xuống Hội An, trước khi đến phố cổ sông Thu Bồn chia làm 2 nhánh, thuyền tôi phải rẽ vào bên phải, đi một hồi là cập bến Hội An. Lòng tôi luôn bồi hồi trước khi thuyền cập bến. Bồi hồi vì ngay ngã rẽ ấy tôi cứ nhìn "gia đình giòng họ nhà nước" mà thắc mắc, đám nước nào rồi sẽ rẽ đi ngã nào? Nước cứ trôi dạt hay nước có thể tự định được đường đi của mình? Anh chị em tôi do ba má mất sớm nên cũng trôi dạt mỗi người một ngả như thế.

Giờ nhớ lại, tôi nghĩ chắc đời nước cũng như đời người. Trước một ngã ba cuộc đời luôn luôn phải định hướng rẽ trái hay quẹo mặt. Lớn lên tôi mới biết thêm rằng, mỗi một lần quyết định chọn lựa đường đi là một lần trăn trở. Không có sự chọn lựa nào mà không có dấu vết của mất mát, buông bỏ, hy sinh. Nhưng cũng có khi những hy sinh buông bỏ ấy lại tối cần thiết cho chặng đường đến.

Như câu chuyện Thuyền trên Nước:

"Này các Tỳ-kheo ví như có người đang đi trên con đường lớn dài, đến một vùng nước rộng, bờ bên này nguy hiểm và hãi hùng, bờ bên kia an ổn và không kinh hãi, nhưng không có thuyền để vượt qua hay không có cầu bắc qua từ bờ này đến bờ kia. Người đó suy nghĩ: "Đây là vùng nước rộng, bờ bên này nguy hiểm và hãi hùng, bờ bên kia an ổn và không kinh hãi nhưng không có thuyền để vượt qua hay không có cây cầu bắc qua từ bờ này tới bờ kia. Nay ta thu góp cỏ, cây, nhánh, lá cột lại thành chiếc bè, và nhờ chiếc bè này nỗ lực vượt qua đến bờ bên kia an toàn". Khi qua bờ bên kia rồi, người ấy suy nghĩ: "chiếc bè này lợi ích nhiều cho ta. Nhờ nó mà ta qua sông được. Bây giờ ta hãy đội chiếc bè này trên đầu hay vác nó trên vai và đi đến nơi nào ta muốn." Này các Tỳ-kheo, các ông nghĩ thế nào? Người ấy làm như vậy có đúng với chức năng của chiếc bè hay không?

– Thưa không.

– Người đó phải làm thế nào cho đúng với chức năng của chiếc bè? Này các Tỳ-kheo, người ấy sau khi sang được bờ bên kia nên suy nghĩ hợp lý như sau: "Chiếc bè này có lợi ích cho ta, nhờ nó mà ta vượt qua được bờ bên kia một cách an toàn. Nay ta hãy kéo chiếc bè này lên bờ đất khô hay nhận chìm xuống nước và đi đến nơi nào ta muốn." [1]

---

[1] Kinh *Ví dụ con rắn* trong Trung Bộ Kinh. Hòa Thượng Thích Minh Châu Việt dịch

Thuyền hay bè chỉ là những phương tiện giúp ta vượt qua một chướng ngại, trong cuộc nhân sinh vốn quá nhiều chướng ngại này. Thuyền không phải là mục đích, lại càng không phải để chiếm hữu. Chiếm hữu một dòng sông, chiếm hữu nước lại càng không nên. Chẳng lẽ ta sinh ra để vác chiếc thuyền? Chẳng lẽ ta sinh ra để ôm bờ sông. Kể cả Ông Tất Đạt của Herman Hese trong Câu Chuyện Dòng Sông tuy ngồi bên dòng sông một thời gian dài cũng chỉ là để nghe dòng sông thì thầm, nghe dòng sông hát, nhìn dòng sông trôi chảy... Mục đích đời người là qua bờ bên kia của dòng sông, dòng sông sinh tử.

Trí tuệ, hãy đi, hãy đi đến bến bờ kia, hãy đến bến bờ kia.

Tadyatha - gate gate paragate parasamgate bodhi svaha! - Vượt qua, vượt qua, vượt qua bên kia, hoàn toàn vượt qua, tìm thấy giác ngộ!

Nước Non nặng một lời thề... (Photo: Văn Công Bảo Thi)

... Ngàn dâu xanh tốt non thì cứ vui. (Tranh Bác sĩ Nguyễn Ngọc Giỏi)

Khối tình
Nước Nước Non Non

Năm mươi năm giữ mãi một nụ cười
Anh chẳng bao giờ một phút nguôi

(Bùi Giáng)

Nước non nặng một lời thề,
Nước đi đi mãi không về cùng non.

Một lời trách móc? Một lời tự thán? Hay cả hai?

Nói gì thì nói, cảnh ấy là cảnh tôi từng chứng kiến hàng trăm lần trong quãng đời niên thiếu. Buồn có mà vui cũng có.

Tôi có bà cô, em út của ba tôi, thứ mười lăm. Con út nên là người con cưng nhất của ông nội. Cô út lấy chồng trong thời chiến tranh, nên lấy chồng chẳng bao lâu thì dượng út phải đi quân dịch. Chữ quân dịch này chỉ có trong thời Đệ nhất Cộng hòa. Nghĩ mà thêm buồn, cả việc mình có quá nhiều từ cho chuyện này cũng đủ rõ là đất nước này sao mà chiến tranh triền miên. Quân dịch, như vừa nói. Rồi đến nhập ngũ, tổng động viên... Ôi thôi, còn nhiều từ nữa. Sau này còn có chữ nghĩa vụ quân sự. Nói chung, dượng Út phải đi lính. Hết thời gian quân trường, dượng Út có một lần về thăm nhà rồi thuyên chuyển đi Tây nguyên. Sau đó chẳng tăm chẳng hơi gì cả. Ước chi hồi đó có email, có điện thoại cầm tay... Cô Út tôi trông chồng chỉ biết ngắm mây trời. Nhiều nhất là gởi tin theo gió: *"Gió ơi gió đưa chim về cùng ta kẻo ta mong, gió im gió chẳng trả lời."* (nhạc Tu My).

Sau một thời gian, viện cớ về chăm sóc cha bị bệnh, cô Út dọn về ở với ông nội. Rồi cô Út hạ sinh giọt máu của dượng, một cậu con trai khôi ngô. Vậy là cậu ấm của cô dượng Út nhỏ nhất nhà là cục cưng của ông nội tôi. Nhiều khi đám cháu chúng tôi còn ganh tức với cậu em bà con cô cậu này, khi nghe hàng xóm cứ nói với nhau sao ông cưng cháu ngoại nhiều hơn cháu nội. Nhưng nghĩ cũng phải, cậu em họ này cũng đáng thương. Tôi tuy mồ côi cha mẹ lúc về ở với ông nội, nhưng hoàn cảnh đã an bài cho mình như thế. Chấp nhận sống tới. Cậu em tuy ngồi êm ả trên chiếc xe kéo (quê tôi gọi là xe bò), nhưng chỉ có một bánh trên mặt đất còn bánh kia bay lơ lửng trên không. Cuộc đời cậu ta lúc lắc nhiều hơn tôi chứ. Ông nội kéo chiếc xe đi, ngoài nhìn vào thì có vẻ như bình yên êm ả nhưng đường làng đất sét nhiều ổ gà nên cũng ì ạch lắm.

Chuyện còn dài lắm nên tôi xin không kể hết ở đây. Sau chừng mười năm thì dượng Út cũng quay về. Cô Út cũng không thắc mắc thời gian mười năm ấy mây bay đi đâu, mây đậu chỗ nào. Họ lại đoàn tụ, lại sống với nhau. Nhưng éo le thay, chuyện đoàn tụ cũng nhiều đau thương chẳng kém gì cái đoạn chờ mong nhìn mây trắng bay thuở trước. Mây thơ mộng và tan biến nhanh, chứ con người cứ sờ sờ ra đó.

Sau này bắt đầu đi học, cứ mỗi lần đọc bài thơ *Thề Non Nước* của Tản Đà, tôi lại nghĩ đến cô Út của tôi. Nghĩ và thương cô nhiều lắm. Sống trong chờ đợi, trong nghèo khổ, rồi chết đi cùng bệnh hoạn và nỗi lo lắng cho cậu con trai còn nhỏ dại không biết rồi sẽ ra sao.

Nghĩ cho cùng, trong một đất nước chiến tranh dai dẳng, con người ta chỉ biết chịu đựng, chỉ có thể chờ đợi. Rồi ra sao đó thì ra. Biết bao điều xảy ra nằm ngoài tầm tay mình. Không thể như thời nay, tính kế hoạch A, plan B, chương trình C. Con người thời đó chỉ nói đơn giản: Thì vậy đó, nước đã hẹn với non nhưng chưa đến được thì non chờ - *nước đi chưa lại non còn đứng không*. Vậy thôi!

Cụ Tản Đà quá tài tình khi diễn tả lời thơ như vậy, không một lời trách móc. Tài tình hơn, cụ đã dùng hình ảnh Nước và Non.

Thiếu gì hình ảnh nói đến cuộc phân ly: đôi chim, cặp thiên nga, bến tàu, sân ga, hàng cây rũ lá...

Không, Núi và Nước. Cái cao kiến là chỗ đó. Núi và Nước là hai trong bốn phần tứ đại: đất nước gió lửa. Chỉ hai thôi sao? Có cả tứ đại ở đây. Trong non có đất, có lửa là sự sống, trong nước có gió mây. Hay nói đúng hơn, có đủ 4 yếu tố này trong cả hai.

Con người của núi Tản sông Đà

Cứ đọc tiểu sử cụ Tản Đà tôi lại nghĩ đến thi sĩ Bùi Giáng. Tuy mỗi người mỗi hoàn cảnh có khác nhau – thì bao giờ chẳng vậy. Có điều chắc chắn, hai thi sĩ này là hai thi sĩ hạng thượng thừa. Họ là nhân vật xứng đáng với lời định nghĩa mà có lần thời còn trẻ tôi đã đọc được (hình như của Hölderlin) rằng: *Thi sĩ là kẻ tiên tri của thời đại.*

Tản Đà là hai chữ ghép của núi Tản, sông Đà, quê hương của thi sĩ.

Tản Đà tên thật là Nguyễn Khắc Hiếu, sinh ngày 19 tháng 5 năm 1889, ở làng Khê Thượng, huyện Bất Bạt, tỉnh Sơn Tây cũ, nay thuộc Thành phố Hà Nội. Tản Đà sinh trưởng trong một gia đình danh giá. Cụ thân sinh là cụ Nguyễn Danh Kế làm quan đến chức Án Sát, mẹ trước là một đào hát hay và làm thơ giỏi. Cụ thân sinh mất đi khi nhà thơ mới 3 tuổi, cuộc sống gia đình trở nên cùng túng. Từ nhỏ Tản Đà theo Hán học. Đi thi Hương 2 lần nhưng cả hai đều trượt. Lớn lên Tản Đà viết văn làm báo. Cộng tác với Nam Phong Tạp Chí, Đông Dương Tạp Chí. Có thời ông làm chủ tờ An Nam Tạp Chí, nhưng do cách điều hành quá... thơ nên sau phải đình bản.

Hai nhà phê bình văn học nổi tiếng của Việt Nam là Hoài Thanh và Hoài Chân trong tác phẩm "Thi nhân Việt Nam" đã cung kính tôn xưng Tản Đà lên ngồi ghế "Chủ Súy" của Hội Tao Đàn, ca tụng ông là người mở lối cho thi ca Việt Nam bước vào một giai đoạn tươi đẹp mới.

Vâng, ông chính là một thi sĩ tài danh của cuối thế kỷ 19 đầu thế kỷ 20 và là cái gạch nối tuyệt vời giữa hai thế kỷ, hai nền văn học.

Bùi Giáng viết về Tản Đà:

"Tản Đà thi sĩ có tiếng là ngông ấy không sánh nổi với thiên tài của thế kỷ trước và thiên tài của thế kỷ mình đương tấp tểnh, là những đàn em tập tò gieo vần nhịp. Từ lâu ta như đã nhận thấy những giới hạn của Nguyễn Khắc Hiếu, ta nghĩ rằng ông không thể nào là một thiên tài có cái tầm vóc của Nguyễn Du ngự trị trên thời gian với một quan niệm về đời người mênh mông thăm thẳm. Không, không thể đã đành mà Tản Đà cũng không thể nào sánh kịp bọn trẻ trong tâm tình lãng mạn. Cái bầy em đông đảo sinh ra đã thở ngay bầu không khí xao xuyến của thời đại. Cái bầy em mà bản ngã không được un đúc từ trong khuôn phép Nho phong để có thể trước thời cuộc giữ vững một cốt cách vững vàng, một phong thái ung dung." [1]

Tôi đọc mà thấy ngay nỗi niềm mến phục của Bùi Giáng với Tản Đà, rất hiếm khi thấy ở Bùi Giáng - cũng là một chúa ngông. Tôi biết, những người từng gần gũi Bùi Giáng sẽ hiểu rõ lối lập ngôn này của anh. Sẽ hiểu rằng, cái ngông của Bùi Giáng trước cái ngông của Tản Đà có phần hơi lép vế. Và chính Trung niên thi sĩ cũng tự nhận ở đây như thế. Viết như trên, chính thi sĩ Bùi Giáng đã tự nhận mình cũng thuộc vào "bầy em" của thi sĩ Tản Đà. Sinh sau Tản Đà 37 năm, bắt đầu làm thơ khi Tản Đà đã viết và dịch nhiều tác phẩm tuyệt tác, đã có một chỗ đứng vững vàng trên văn đàn, Trung niên thi sĩ đã thực sự ngưỡng mộ một bậc đàn anh đi trước. Bùi Giáng cho rằng Tản Đà dịch thơ cổ của các thi nhân Trung Hoa còn hay hơn cả chính bản! Việc này cũng dễ hiểu. Hai tâm hồn tài ba gặp nhau nên hiểu nhau, cùng ngông với nhau.

---

[1] Bùi Giáng: *Giảng luận về Tản Đà Nguyễn Khắc Hiếu.* NXB Tân Việt. Ghi lại theo Audiobook, Hướng Dương đọc.

Trong tất cả những người viết về Tản Đà, tôi nhận thấy Bùi Giáng qua tác phẩm *Giảng luận về Tản Đà Nguyễn Khắc Hiếu* là tuyệt hơn tất cả. Bằng tâm hồn thi sĩ Bùi Giáng đã thấu rõ nỗi lòng của thi sĩ, phân tích rõ hoàn cảnh, rõ những con người cùng thời của Tản Đà. Bùi Giáng muốn nhìn Tản Đà bằng con mắt: *Bỏ con mắt của nhà bình phẩm, lấy tình cảm của người bạn.* Nhà thơ nói về nhà thơ.

Bùi Giáng cũng thương cảm cho Tản Đà và nhắc đến cái gọng kềm đã đeo đuổi Tản Đà nhiều năm dài đằng đẳng. Đó là ông chủ bút Nam Phong Tạp Chí Phạm Quỳnh nhiều lần muốn nhận chìm tài năng của Tản Đà, phê bình sát nút cái ngông của Tản Đà. Thử hỏi một thi sĩ nghèo làm sao đối đầu với ông Chủ bút tờ báo lớn, người thân thích chính quyền thuộc Pháp, rồi lại là một Thượng Thư (tức Bộ Trưởng ngày nay) của triều đình. Thi sĩ thì nghèo, không đủ tiền sống và nuôi đám con dại tám đứa. Anh Nguyễn Hiền-Đức kể tôi nghe rằng, cứ mỗi lần ngồi ở phòng 412 Nội Xá Vạn Hạnh mà nhắc đến Tản Đà là anh Bùi Giáng đều nổi giận khi nói về cung cách đối xử của ông chủ bút Nam Phong Tạp Chí với Nguyễn Khắc Hiếu. Mỗi lần như thế là Trung Niên Thi Sĩ lại điên tiết lên. Chúng tôi biết tính khí của Trung Niên Thi Sĩ họ Bùi là vậy. Chuyện thường tình thì rất dễ dãi, ai làm gì cũng được, chẳng bao giờ phiền giận. Mà chuyện chữ nghĩa văn chương thì ngô phải ra ngô mà khoai phải ra khoai, cùi bắp phải ra cùi bắp. Không thể cò kè bớt một thêm hai được. Một dấu chấm, một dấu phẩy cũng không tương nhượng. May cho tôi, tuy cũng ở trong phòng đó mà mấy lần ấy tôi lại vắng nhà. Bùi Giáng gọi đó là tấm thảm kịch cuộc đời Nguyễn Khắc Hiếu.

Ông còn ví cuộc đời Tản Đà Nguyễn Khắc Hiếu với Thúy Kiều của cụ Nguyễn Du. *Kiều ơi em còn may mắn chán, em bạc mệnh cho trọn kiếp cũng đành. Tấm tình em chàng Kim có thấu. Chữ hiếu của em bà con cô bác có hiểu rồi. Mười lăm năm gió bụi càng làm sáng tỏ nỗi đau đớn của lòng em... Thuở sinh thời thở than cho phận mình em có hiểu, nghìn năm sau trên đất Việt còn những người tài hoa bạc mệnh gấp nghìn em.*

Thương cho người đi trước, Trung Niên Thi Sĩ viết: *Tấm lòng người thơ vốn là món hàng ế. Bán thì người ta không biết giá, mà cho họ nhận cũng chẳng ra tuồng... Đem giấc mộng con mà nói với Phạm Quỳnh. Đem giấc mộng lớn mà nói với Nguyễn Văn Vĩnh...*

Tản Đà cũng từng làm chủ báo, nhưng do cung cách sống và làm việc kiểu thi sĩ, chỉ lấy chữ tín làm đầu nên báo cứ bị đình bản. Có lúc nghèo khổ quá ông phải đăng quảng cáo kiếm việc trên báo: *"Nhận làm thuê các thứ văn vui, buồn, thường dùng trong xã hội".* Cũng không khá hơn, ông mở các lớp dạy Quốc văn hàm thụ, Hán văn diễn giảng nhưng không có học trò. Rồi túng quẫn phải mở gian hàng đoán số tử vi Hà Lạc cũng chẳng có khách lai vãng.

Tản Đà qua đời ngày 07.06.1939 (ở tuổi 50) vì bệnh gan, để lại vợ và tám đứa con.

Tôi không có ý định đi sâu vào cuộc đời của thi sĩ. Nhưng khi nhắc đến cái ngông của Tản Đà thì cũng xin nhắc lại câu chuyện ngắn, được cụ Nguyễn Hiến Lê kể lại trong tác phẩm *"Mười câu chuyện Văn chương".*

"Khoảng bốn chục năm trước, cụ Tản Đà phàn nàn rằng 'văn chương hạ giới rẻ như bèo'. Lời đó tác giả Vũ Trọng Phụng thốt ra thì phải hơn. Vì cụ Tản Đà còn có lần nhờ cây bút mà sống khá phong lưu. Lần đó Diệp Văn Kỳ ra một tờ nhật báo, đón cụ vô Sài Gòn giữ mục thi đàn, cung phụng cụ rất chu tất: một căn phòng riêng, bữa nào cũng có rượu và đồ nhắm, đi đâu thì có xe, và chỉ xin cụ mỗi tuần cho một bài thơ thôi, mà có kì bị thúc giục, cụ còn gắt lên: "Làm thơ chứ đâu phải bổ củi!" Thời kỳ đó tuy không bền, được đâu sáu bảy tháng hay nhiều lắm non một năm, nhưng dù sao cụ vẫn còn sướng hơn Vũ Trọng Phụng."[1]

---

[1] Nguyễn Hiến Lê: *Mười câu chuyện Văn chương.* NXB Văn Học, 2009

Quay lại bài thơ tài tình trong hàng khối các bài thơ tuyệt diệu của Tản Đà Nguyễn Khắc Hiếu.

Nước non nặng một lời thề
Nước đi đi mãi không về cùng non
Nhớ lời "nguyện nước thề non",
Nước đi chưa lại non còn đứng không.
Non cao những ngóng cùng trông,
Suối khô giòng lệ chờ mong tháng ngày.
Xương mai một nắm hao gầy,
Tóc mây một mái đã đầy tuyết sương.
Trời tây ngả bóng tà dương,
Càng phơi vẻ ngọc nét vàng phôi pha.

Nước mãi đi, non vẫn còn đứng đó. Và vẫn chờ. Chờ là chuyện non coi như là chuyện dĩ nhiên, không than van. Lệ đã khô cạn, tóc cũng bắt đầu điểm đôi ba sợi trắng. Tấm thân thiếu nữ xinh đẹp ngày nào bây giờ cũng đã héo mòn vì chờ đợi. *Xương mai một nắm hao gầy, Tóc mây một mái đã đầy tuyết sương.* Rồi những buổi chiều hoàng hôn đổ xuống, khi ru con ngủ chinh phụ làm sao không da diết nhớ đến kẻ ra đi. *Trời tây ngả bóng tà dương, Càng phơi vẻ ngọc nét vàng phôi pha.* Đó là hình ảnh của cô Út tôi mà bây giờ nghĩ lại tôi còn hình dung đôi chút. Nhưng đó cũng là hình ảnh NON nhớ NƯỚC. Trời tây ngả bóng, bóng dáng non trong buổi chiều vàng hoàng hôn càng phơi thêm vẻ đẹp.

Non cao tuổi vẫn chưa già,
Non thời nhớ nước, nước mà quên non.
Dù cho sông cạn đá mòn,
Còn non, còn nước, vẫn còn thề xưa.

Lẽ tất nhiên tấm lòng của người ở lại có chút trách móc. Có khi tự hỏi, không biết lúc nước đi biền biệt nước đã quên non chăng? Nhưng chỉ là lời trách rất nhẹ. Và một lời tin tưởng: *Còn non, còn nước, vẫn còn thề xưa.* Người chinh phu dù có biền biệt rồi cũng quay về, vẫn nhớ lời thề xưa.

Non xanh đã biết hay chưa?
Nước đi ra bể lại mưa về nguồn.
Nước non hội ngộ còn luôn,
Bảo cho non chớ có buồn làm chi.

Nước đi tưởng như biền biệt nhưng có lúc phải quay về nguồn. Trong một ý nghĩa khác, cuộc hội ngộ này vẫn luôn luôn xảy ra trong từng giờ từng phút: *Nước non hội ngộ còn luôn.* "Còn luôn", chữ dùng sao mà khéo và tài tình vậy!

Nước kia dù hãy còn đi,
Ngàn dâu xanh tốt non thì cứ vui.
Nghìn năm giao ước kết đôi,
Non non nước nước khôn nguôi lời thề.

Đọc đến mấy câu này của Tản Đà Nguyễn Khắc Hiếu có lúc tôi lại nghĩ theo hoàn cảnh mình: cái ngàn dâu mà thi sĩ nói chính là hiện thân chú bé em họ tôi. Trong bao năm chiến tranh dai dẳng còn có bao nhiêu người chinh phụ khác nữa chứ. Cô Út lo và cưng cậu con trai hết mực. Cộng thêm sự bảo bọc của ông nội tôi, cậu bé ấy muốn gì cũng được chiều, kể cả lúc cậu hứng chí đòi nhai thuốc tễ (thuốc bổ) của ông, ông cũng cho. Sau này đi nhiều nơi, tôi có thấy khác hơn chút. Tôi đã thấy nhiều cánh rừng trải dài theo triền núi, thấy nhiều đồng lúa chạy dưới chân núi. Đó chính là những sứ giả của nước gởi về non. Đó là những hiện hữu của nước bên non.

Và phải chăng, non đứng đó nhưng non cũng mãi đi? Non đã đi nhưng non vẫn luôn đứng đó. Non là chỗ dựa của 50 đứa con theo mẹ Âu Cơ lên núi. Nước là dòng chảy của 50 đứa con theo cha Lạc Long Quân đi về biển cả. Non vĩ đại nước bao la. Non và Nước là Rồng là Tiên.

Một trăm trứng sinh ra một trăm con trong cùng một chiếc bọc. Bởi thế con thứ "không một" hay "chín chín" cũng đều là con. Bởi thế trong nước có non, trong non có nước. Trong cả hai bình diện tư tưởng lẫn thực tế. Thi sĩ đã chẳng may sinh và sống trong buổi giao thời, bị quá nhiều sức ép của các bậc đồng môn, đồng sàng. Tản Đà với chất ngông có tự trong huyết quản không thể luồn cúi nên càng bị bủa vây. Càng bị bủa vây thì lại càng ngông.

Tóm lại, bài thơ chở tư tưởng của Tản Đà Nguyễn Khắc Hiếu, là bức tranh tuyệt đẹp vẽ lên bao nhiêu mối tình của kẻ chinh phu người chinh phụ trong xã hội Việt Nam của mình. Ở đây, tôi cảm nhận trí tuệ của thi sĩ, bằng lời thơ đã giải thích được bước luân chuyển của NƯỚC. Khi đầu nguồn, khi góc bể, khi cao xanh!

Trung Niên Thi Sĩ Bùi Giáng nhận xét thật tinh tế khi so sánh thi tài của Tản Đà với Nguyễn Du, anh xem là một bước tiếp của thiên tài Nguyễn Du:

"Nước kia dù hãy còn đi; Ngàn dâu xanh tốt non thì cứ vui. Tản Đà đã bước thêm một bước để cho hồn thơ Tố Như được nối tiếp trong dư hưởng âm thầm. Kiều Kim, Kiều Thúc, Kiều Từ, ba mối tình dở dang cùng ngân lên trong một vần thơ của Tản Đà, cùng sáng lên để cùng giao thoa cho một thành tựu." (Bùi Giáng, sđd.)

● ● ●

Tính đến năm nay (2019) thi sĩ Tản Đà Nguyễn Khắc Hiếu đã giã từ cõi đời này đúng 80 năm, sau 50 năm ở dương thế. Không biết trong 80 năm qua thi sĩ đã lưu lạc về đâu, đã ở nơi đâu? Đã đi *"Hầu trời"* hay ở *"Cung Quế"*? [1] Trên Cung Quế của Hằng Nga chắc thi sĩ vẫn nhìn xuống đây, xem thiên lạ điên cuồng múa may và... cười.

Đêm thu buồn lắm! Chị Hằng ơi!
Trần thế em nay chán nữa rồi.
(...)

---

[1] Tựa của bài thơ *Hầu Trời* và ý bài thơ *Muốn làm thằng Cuội* của Tản Đà.

Rồi cứ mỗi năm rằm tháng tám.
Tựa nhau trông xuống thế gian, cười.

Riêng thi sĩ Bùi Giáng thì quả quyết rằng ông đã biết thi sĩ Tản Đà đang ở đâu. Anh viết trong sách đã dẫn:

"Mai sau, ta về địa ngục, ta sẽ tìm ông Hiếu để thăm, thì sổ hộ tịch cõi âm sẽ không có ghi tên ông Hiếu. Ta ngạc nhiên hỏi vậy thì ông Hiếu đi đâu? Người ta sẽ trả lời rằng còn đi đâu nữa! Không ở Hoàng Tuyền thì tất nhiên là ở Bích Lạc. Rồi chầy ngày chầy tháng, sẽ có những trích tiên ở trên trời bị đày xuống cho ta hay rằng trên Thiên Đường quả có một vị Thiên Thần cao tốt với tên là Nguyễn Khắc Hiếu, trong những yến tiệc ở Thiên Cung vẫn luôn luôn ngồi cùng bàn với Thượng Đế. Ông Hiếu ngồi bên hữu, cùng với Nguyễn Du và Chu Mạnh Trinh. Bên tả có Chiêu Quân, Thúy Kiều, Olivia Curtiss (...)"

Vô tình tôi kết thúc bài này hôm nay cũng vào ngày 06.06.2019, ngày giỗ thứ 80 của thi sĩ. Tôi cung kính ghi lại vài dòng để tạ ơn người kỹ-sư-thi-sĩ tài ba Tản Đà Nguyễn Khắc Hiếu, người đã bắc thành công một chiếc cầu. Chiếc cầu nối hai giai đoạn của văn học Việt Nam, của cái khúc chuyển mình đau đớn văn học. Không có cái cầu đó là cả nền văn học thi ca của chúng ta hôm nay đã phải... rớt sông!

Xin thành kính đốt một nén hương lòng, kính viếng anh linh một bậc tài hoa của văn học nước nhà. Xin cúi đầu trước một bài thơ tuyệt tác Non Non Nước Nước.

Cô Thủy ơi cho hỏi

Chúng ta như những thiên thần chỉ có một cánh
Muốn cất cánh cao bay thì phải tựa vào nhau

(Luciano De Crescenzo)

Tiếng Việt mình, chữ Thủy thường đặt tên cho con gái (trừ vài trường hợp đặc biệt). Thủy là nước. Để tỏ lòng kính trọng, người dân quê thường gọi là Bà Thủy. Nhưng tâm lý phụ nữ ai cũng muốn mình trẻ mãi, nhất là lúc bệnh hoạn, già nua. Con nước trên hành tinh của chúng ta hiện nay cũng đang mang căn bệnh như thế đó. Nên tôi xin phép gọi là cô. Cô vẫn trẻ, vẫn thướt tha, vẫn cần mẫn, và vẫn luôn thương yêu chúng tôi. Xin phép gọi vậy nghe cô Thủy, OK?

Ai cũng biết, nước là trung tâm của mọi nguyên tố (elemente) trên trái đất. Không có nước là không có sự sống. Cho đến nay không có bất cứ vật thể gì có thể tồn tại được nếu thiếu nước. Nguồn nước gồm có hai thành phần chính: nước ngọt và nước mặn. Sự tuần hoàn của nước dường như vô tận và lượng nước trong quá trình tuần hoàn luôn giữ đúng như thế, không bị tổn thất đi (ít nhất là trên mặt lý thuyết). Dù trong trạng thái cứng (nước đá), lỏng (nước chảy) hay khí (hơi nước). Nước là cả một bí mật kỳ lạ.

Một phân tử (molekule) thấy như đơn giản nhưng là một sự kết hợp vô cùng quan trọng.

Trong cơ thể con người, 70% là nước. Nghĩa là, ví dụ có một người cân nặng 100 kg, thì đã có 70 kg nước, 30 kg còn lại cho những nguyên tố khác. Nước có tỷ trọng là 1 nên ta có thể hoán đổi sang đơn vị lít, nghĩa là trong con người chứa 70 lít nước. Hay với một người nặng 70 kg thì khi đi dạo ngoài đường lúc nào họ cũng đang gánh theo 50 lít nước (tương đương 50 kg).

Nhắc lại bài học thời trung học mà ai cũng biết. Nước là phân tử được tạo thành bởi một nguyên tử O (oxy) và hai nguyên tử H (hydro). Do vậy, công thức hóa học của nó là H_2O. Nước là một chất lỏng không màu, không vị, có khối lượng riêng 1g/cm3 (ở 4^0C), đóng băng ở 0^0C và sôi ở 100^0C.

Nước có những tính chất rất đặc biệt như:

- Có thể tồn tại ở dưới 3 hình thể: thể lỏng, thể khí và thể rắn. Ở thể lỏng, nước ở các sông hồ hay ở biển; ở thể khí, nước tồn tại dưới dạng hơi nước trong khí quyển; ở thể rắn, nước tồn tại dưới dạng đá băng che phủ hai vùng cực trái đất hay trên những đỉnh núi cao.

- Nước còn tồn tại trong lòng đất, gọi là nước ngầm.

- Nước là thành phần quan trọng bậc nhất trong việc cấu tạo mọi sinh vật.

- Vân vân và vân vân...

Lãnh địa Cô Thủy (hay bề rộng diện tích nước trên trái đất)

Địa cầu của chúng ta có hình cầu (tuy không thật sự tròn như quả bóng đá). Đường kính của nó là 6.371 cây số.

Dùng công thức tính diện tích của hình cầu ta có thể tính được bề mặt S của trái đất là

$$S = 4.\pi.r^2 = 4 \times 3,1416 \times (6371)^2 = 510.065.664 \text{ km}^2$$

Con số 510.100.000 km^2 tương đương 51 tỷ hecta đất.

Trong số ấy có: 29,2 % tức 148,9 triệu cây số vuông mặt đất; 70,8 % tức 361,2 triệu cây số vuông mặt nước.

Lượng nước trên diện tích này có 1.386 tỷ ki-lô-mét khối nước, thì 96,5 % là nước mặn, chỉ 3,5 % là nước ngọt tương đương 48 triệu ki-lô-mét khối nước. Nhưng trong số 48 triệu đó thì khoảng một nửa còn ở dạng đá đông đặc ở hai cực hay sâu dưới lòng đất. Như vậy, chúng ta chỉ còn 23,4 triệu ki-lô mét khối nước ngọt ở các sông hồ. Trong số ấy ta lại chỉ còn một phần cho ăn uống, sinh hoạt.

Nước hiện diện trong mọi vật thể quanh ta mà ta thực sự ít quan tâm đến nó. Nước là yếu tố đầu tiên cho sự sống. Các nhà thám hiểm không gian khi đặt chân lên các hành tinh khác, việc đầu tiên họ tìm hiểu là có nước ở đó hay không. Tại sao? Vì khi có nước thì mới có hy vọng bắt đầu sự sống.

Để nhấn mạnh ý nghĩa này, Liên Hiệp Quốc từ năm 2003 đã chọn ngày 22 tháng 3 là *Ngày Nước Thế Giới*.

Thông thường ta nghĩ rằng, dưỡng khí là cần thiết bậc nhất cho chúng ta. Đúng, vì chỉ trong vòng 4 phút mà không có dưỡng khí (oxy) thì bộ não của ta đã bị tổn thương và trong 15 phút thiếu dưỡng khí là ta sẵn sàng đi chầu Diêm Vương. Nhưng nếu có nước thì chúng ta sẽ tạo ra được oxy, còn thiếu nước là thiếu tất cả. Vấn nạn này NASA đã đặt ra khi bắt đầu kế hoạch tìm kiếm nước trên sao Hỏa (Mars). NASA gọi là *"theo dấu chân nước"*. Không biết họ có hậu ý gì thêm nhưng đầu tiên là với mục đích tìm xem có sự sống trên hành tinh này không. Nếu không có nước nghĩa là không có sự sống ở hành tinh đó.

Trên thực tế, những công trình tìm tòi của NASA trên Sao Hỏa vừa qua đã cho biết là chưa tìm thấy nước ở thể lỏng, nhưng họ đã nhìn thấy nước ở thể cứng qua lớp băng dày đặc. Chắc bạn sẽ gật gù vì phát hiện này. Chuyện dễ, có băng thì sẽ có nước. Nhưng không phải đơn giản vậy, muốn băng trở thành nước thì việc trước tiên là phải làm ấm cái hành tinh đó để có nước dưới dạng chất lỏng. Mà muốn làm ấm hành tinh thì trước tiên phải có nước. Đó là một vòng lẩn quẩn.

Tác giả chuyên ngành các chủ đề khoa học Stephen Petranek có cho ra đời tác phẩm tên *"Cà phê trên Sao Hỏa"* tin rằng trong vòng 20 năm nữa (2035) loài người sẽ có thể sống trên sao Hỏa. Nhưng ông lại viết:

"Một khi làm ấm sao Hỏa đủ để nước có thể chảy, chúng ta nên có khả năng di chuyển các loài thực vật sinh trưởng tốt trên Trái Đất lên Sao Hỏa, nơi chúng có thể sinh sôi nảy nở dễ dàng trong bầu khí quyển giàu cacbon dioxid. Khi thực vật đã lan rộng, chúng sẽ bắt đầu sản xuất một lượng oxy đáng kể. Nhưng oxy không phải là khí nhà kính nên nó sẽ có xu hướng làm mát Sao Hỏa. Bởi Sao Hỏa đã có sẵn bầu khí quyển mỏng, trường trọng lực yếu và thực tế là bất kỳ loại khí nhà kính nào chúng ta tạo ra trên Sao Hỏa dần dần cũng bị phân hủy, việc bổ sung và liên tục thiết lập khí quyển Sao Hỏa là hết sức cần thiết. Giống việc chúng ta trồng thực vật là để làm sạch và lọc nước trên Trái Đất, các cư dân Sao Hỏa phải trồng trọt để duy trì bầu khí quyển đặc và có thể thở được." (tr.103)

Đọc đến đây tôi tự thấy có 3 việc phải suy nghĩ:

- Muốn thiết lập ngay bây giờ một cuộc hẹn với bạn bè, hôm nào rảnh kéo nhau đi uống cà phê, nghe nhạc Trịnh Công Sơn trên Sao Hỏa trong đời của tôi là việc khó thực hiện, vì tôi không tin rằng 20-30 năm nữa có thể có quán cà phê ở đó. Thôi chịu khó nhâm nhi cà phê và nghe nhạc Trịnh ở Trái Đất này vậy.

- Nếu tìm mua bất động sản, mua địa ốc bên hành tinh hàng xóm ấy (tôi tránh dùng chữ "trên" vì trong hệ thống thiên hà biết đâu là trên đâu là dưới) thì con người cũng phải nghiêm túc lo nghĩ cách chăm sóc môi trường ấy ngay từ những ngày đầu.

- Vậy sao mình không cùng nhau chăm lo Trái Đất của mình bây giờ đi? Có câu cách ngôn của người Đức là, sao không lo chuyện con chim sẻ trong tay mình mà cứ đi lo chuyện chim bồ câu trên nóc nhà.[1]

---

[1] Cách ngôn của người Đức: Lieber den Spatz in der Hand als die Taube auf dem Dach.

Bụt nhà không thiêng!

Vấn nạn đầu tiên và lớn nhất của chúng ta hiện nay là NƯỚC. Tài liệu của Hội Bánh Mì Thế Giới (Brot für die Welt) nói, nếu không cùng xích lại gần nhau, chia sẻ nguồn tài nguyên thiên nhiên hiện có, thì chúng ta phải cần 5 quả đất mới đủ. Làm sao đi mua được 5 quả đất?

Ông Hàn Mặc Tử chỉ rao bán Trăng thôi chứ chưa thấy ai rao bán Địa cầu. Có đâu mà chờ sắm thêm, dù có bạc tỷ.

Nước đã khô cạn từ lâu ở tận cội nguồn... (Photo: Văn Công Bảo Thi)

Thiếu nước đang là vấn nạn lớn nhất của chúng ta... (Tranh: Bác sĩ Nguyễn Ngọc Giỏi)

Khô khan
chuyện Nước

(Thoát hạn 1)

Thế giới có đủ cho nhu cầu của tất cả mọi người
nhưng không đủ cho lòng tham của ai cả

(Mahatma Gandhi)

Bạn trách tôi sao nói chuyện nước mà khô khan quá. Tại vì, nước đã khô cạn từ lâu ở tận cội nguồn.

Không ai chối cãi được, thiếu nước đang là vấn nạn lớn nhất của chúng ta hiện nay.

Trái đất nơi chúng ta sinh sống được mệnh danh là hành tinh xanh. Xanh vì 2/3 bề mặt của trái đất bao phủ bởi nước. Nhưng khoan, đừng mừng vội. Trong số ấy thì 97,5% là nước mặn, vậy chỉ còn 2,5 % là nước ngọt, tương đương số lượng 35 triệu ki-lô-mét khối nước. Lại nữa, trong số này thì 30,8 % là ở mạch nước; 0,3% ở các sông suối, ao hồ và 68,9% băng đá hay vùng bị tuyết phủ vĩnh viễn. Nghĩa là con số mà chúng ta nhắm tới chỉ còn là con số 30,8 % của tổng số 2,5% của toàn khối nước đó. Sao mà rắc rối quá!

[1]

Ta đang bơi chỗ nào đây?

Dựa theo báo cáo của Liên Hiệp Quốc thì trong vòng 100 năm vừa qua, việc sử dụng nước đã tăng lên gấp 10 lần. Trong khi dân số thế giới chỉ tăng gấp bốn lần thôi – từ 1,5 tỷ lên đến 6,5 tỷ người.

Sao mâu thuẫn vậy? Lượng nước chứa trên hành tinh này không thể nào tăng hơn được (nếu không nói là mất dần do địa cầu bị hâm nóng) trong khi loài người lại tăng nhanh. Nhưng vấn đề khó khăn khác là số lượng nước ngọt sử dụng được phân bố không đều trên hành tinh. Các số liệu báo chí nói, hiện có hàng khối người ở các nước kém phát triển chỉ có một số lượng nhỏ nước để dùng cho ăn, uống và tắm rửa; số lượng này ít hơn số nước ở những nước tân tiến giựt nước xối sau khi đi vệ sinh. Nghĩ thương quá.

Xin nêu lên sau đây vài con số đáng tin cậy của Bộ Bảo Vệ Môi Trường trong chính phủ Đức, năm 2009 (tuy không có Việt Nam nhưng ta cứ tạm lấy con số của người Nam Dương và người Trung Quốc để so sánh)

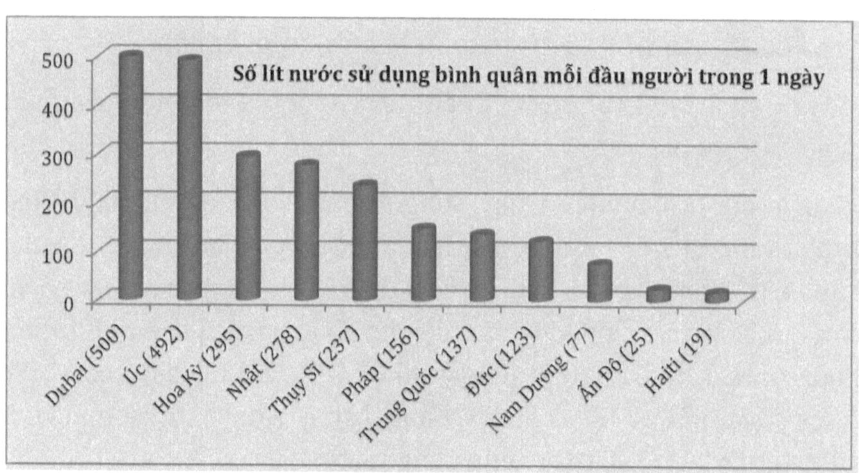

Con số bình quân sử dụng nước mỗi ngày trên đầu người (đơn vị: lít)

Gần 7 tỷ người chia nhau nguồn nước ngọt để dùng trong đời sống hằng ngày. Như đã nói số lượng này không phân chia đồng đều trên thế giới. Có những khu vực như Bắc và Tây Âu hay Nam Mỹ có nhiều nước. Trong khi ở Bắc Phi và Trung Đông thì lượng nước rất ít. Thêm vào đó, có nhiều khu vực nước bị ô nhiễm do chất thải của kỹ nghệ hay cả từ nông nghiệp.

Vấn đề của chúng ta như đã nêu, dân số đang tăng nhanh mà nguồn nước thì hao hụt dần. Cộng thêm vào đó, tình trạng kinh tế càng ngày càng khá hơn, đời sống con người thoải mái hơn, khiến họ có nhu cầu xài nước nhiều hơn. Một điều đáng mừng nhưng cũng đáng lo. Khi đi du lịch thì ta dùng nước trong khách sạn nhiều hơn là ở nhà. Chủ khách sạn, do những quy định vệ sinh cũng có những phục vụ tốn kém nước hơn, ví dụ giặt khăn tắm, lau chùi nhà vệ sinh mỗi ngày, thay mền gối khi khách đi. Con người ngày xưa sống quây quần cả gia đình trong cùng một ngôi nhà, ăn uống tắm giặt chung nên lượng nước sử dụng ít hơn. Bây giờ gia đình 5 người là ở 4, 5 căn nhà. Mỗi căn nhà không những đầy đủ các phương tiện cầu tiêu, nhà tắm mà còn có vườn hoa, sân cỏ cũng cần nước để tưới. Từ đó nhu cầu tăng lên, không những gấp 5 mà là 9, 10 lần. Rồi dân số trên thế giới lại tăng nhanh do dân ở các nước nghèo có mức sinh sản cao, dân các nước giàu sống lâu hơn thời xưa.

Các nghiên cứu khí tượng cho biết, ngay từ bây giờ, chúng ta cần phải có số lượng nước gấp năm lần thì mới tạm đủ cung ứng cho nhu cầu bình thường của chúng ta. Chỉ là tạm thôi nhé. Và con số ấy ta không thể nào có được. Các nhà kinh tế đánh giá là trong một tương lai rất gần, vàng sẽ được mệnh danh là vàng xanh (Đức: Blaues Gold), tức là nước. Nước sẽ đóng vai trò quan trọng nhất và sẽ là lý do đưa đến tranh chấp trên thế giới. Thời đại của nguồn năng lượng khác như dầu hỏa, điện lực... sẽ qua, do con người ta có thể thay thế nó bằng những phương tiện khác, ví dụ điện lực lấy từ sức gió, xe chạy từ khinh khí (Wasserstoff - hydrogen) v.v. Duy chỉ nước uống thì rất khó chế tạo ra được.

Trên góc nhìn khác, ta biết rất rõ rằng thiếu nước thì không thể sống được. Người ta có thể nhịn đói nhiều ngày nhưng không thể nhịn khát lâu như vậy. Không có dưỡng khí thì ta không thở được, nhưng nếu có nước (H_2O) thì ta sẽ chế tạo ra được dưỡng khí (O_2).

Trước tiên ta cần tìm hiểu thêm rằng, ở chỗ nào, mức độ nào là phí phạm nước và chỗ nào ta có thể tiết kiệm được.

Tài liệu nghiên cứu cho ta biết dung lượng nước cần dùng để sản xuất ra các vật dụng, thực phẩm ta dùng hằng ngày. Biểu đồ sau đây ghi ra những con số ví dụ.

Loại hàng hóa	Đơn vị	Số lít nước sử dụng
Giấy in khổ A4 (loại tái chế- Recycling)	1 tờ	0,1(100ml)
Giấy in khổ A4 (loại 80g/1m²)	1 tờ	10
Cà chua	1 trái	13
Trà	1 tách	35
Chanh	1 trái 100g	100
Khoai tây	500 g	106
Cà phê	1 tách	140
Giấy văn phòng	1 kg	750
Bắp	1 kg	900
Sữa	1 lít	1.000
Bột mì	1 kg	1.100
Chocolate	500 g	1.125
Đậu nành	1 kg	1.400
Chuối	1 kg	2.000
Áo thun (vải bông gòn)	1 cái	2.000
Gà nướng	1 con	3.500
Trứng gà	1 kg	4.500
Gạo	1 kg	5.000
Quần Jean	1 cái	8.000
Giày da	1 đôi	8.000
Thịt heo	1 kg	9.700
Thịt bò	1 kg	15.500
Máy Computer	1 cái	30.000
Xe hơi	1 chiếc	380.000

(Theo: arche noVa - Initiative-für Menschen in Not e.V. / 2017. Tài liệu giảng dạy cho trường học)

Xem biểu đồ trên ta có thể nhận xét sơ khởi như sau:

Có nhiều loại sản phẩm cùng một mục đích sử dụng mà lại tốn số lượng nước nhiều hơn khi sản xuất. Ví dụ:

- Một tờ giấy trắng loại thường (80 g/m2) cần 10 lít nước trong khi một tờ giấy như vậy loại tái chế (recycling) chỉ cần 100 ml (gấp 100 lần).

- Một tách trà cần 35 lít, một tách cà phê cần 140 lít (gấp 4 lần)

- Một ký khoai tây cần 212 lít trong khi một ký gạo cần 5000 lít (gấp 23,5 lần)

(Xin hiểu các so sánh này chỉ mang tính cách tương đối, do tính chất vật lý của những sản phẩm, do công cụ và phương thức đo đạt, kể cả do những thói quen tiêu thụ, ăn uống của từng người, từng nền văn hóa cũng có nhiều khác biệt. Chúng tôi chỉ xin nêu ra các so sánh như một tiền đề để cùng suy ngẫm.)

Xin phép rút ra 3 thí dụ trong biểu đồ trên để thử đề nghị một kiểu "khéo co thì ấm" theo thực trạng hiện có. Xin nhấn mạnh: chỉ là một ĐỀ NGHỊ.

* Hằng ngày ai cũng xài giấy cho máy in các loại giấy tờ văn kiện. Giá như mình xài giấy tái chế, hay chỉ xài một nửa số lượng sử dụng là giấy tái chế thôi. Phải thành thực mà nói, có rất nhiều bản in chỉ đọc sơ qua rồi cho vào sọt rác, sao mình không in ở hai mặt giấy.

* Hằng ngày ai cũng cần vài chầu cà phê cho tỉnh người hay để tán gẫu cùng bè bạn. Giá như ta thử chỉ có một chầu cà phê sáng thôi, mấy cữ khác đổi thành vài bình trà. Cũng tỉnh táo đầu óc, lại thấy tao nhã như người xưa.

* Còn một chuyện rất quan trọng: Chuyện nồi cơm của mình. Chuyện này xin được phép nói sau cho có đầu có đuôi ở bài kế tiếp. Đó là chuyện: dân mình mỗi ngày ăn cơm, người Đức

mỗi ngày ăn khoai tây (xin xem bài tiếp theo: Thoát hạn 2 – Củ khoai và hạt lúa).

[2]

Bài học Thoát Hạn của Israel

Đất nước và con người xứ Israel là một trường hợp đáng kinh ngạc và thán phục. Đất nước này không những đã để ra bao nhiêu nhân tài mà chính cái lịch sử đau thương, tinh thần đoàn kết và nỗ lực đi tìm "đất cắm dùi" rồi xây dựng nên hùng mạnh... xứng đáng là những bài học quý báu cho nhân loại.

Trong tác phẩm "Bài học Do Thái" học giả Nguyễn Hiến Lê đã nhắc đến:

"Người mình hồi trẻ học tinh thần của Do Thái, hồi già nên học tinh thần của Ấn Độ. Phải lắm. Về già nên có tinh thần Ấn Độ, tức tinh thần Phật giáo (...) Còn tuổi trẻ thì nên học tinh thần Israël, chứ không phải tinh thần Âu Mĩ, cũng không phải tinh thần Nhật Bản. Nhật Bản bắt đầu canh tân cách đây đã một thế kỷ nên tôi không biết hiện tình nước ta ở vào cái giai đoạn đã qua nào của họ, nhưng chắc là họ bỏ xa ta ít nhất sáu chục năm, mà tinh thần của họ lúc này chẳng khác tinh thần Âu, Mĩ là mấy, sản xuất cho mạnh để vượt Pháp, Anh, đuổi kịp Mĩ, Canada. Bấy nhiêu cũng đáng quý đấy, nhưng chưa đủ và không hợp với hiện tình của ta, cho nên học Israël có lợi hơn là học Nhật Bản. Tôi dùng tiếng học ở đây theo cái nghĩa của Khổng Tử: trạch kỳ thiện giả, kỳ bất thiện giả. Vì Israël không phải luôn luôn làm cho thế giới cảm phục. (...)

"Từ khi quốc gia Israël thành lập, dân số tăng lên rất mau mà đất đai thì chật hẹp, nên chính phủ phải tìm cách khai phá miền sa mạc đó - một là để đủ nuôi dân - hai là để củng cố quốc phòng,

không để một khoảnh đất rộng nào không có người ở mà kẻ thù luôn luôn rình ở chung quanh, có thể len lỏi vào được."[1]

[Ghi chú: Câu chữ Hán ở trên cụ Nguyễn nhắc lời Khổng Tử, ghi đầy đủ là: *"Tam nhân hành, tất hữu ngã sư yên: Trạch kì thiện giả nhi tòng chi, kì bất thiện giả nhi cải chi.* - 三人行，必有我師焉。擇其善者而從之；其不善者而改之。" (Luận ngữ).

Nguyễn Hiến Lê đã dịch là: *"Ba người cùng đi (ta với hai người nữa) tất có người làm thầy ta: lựa cái hay của người này mà học, xét cái quấy của người kia mà tự sửa mình."*]

Đúng vậy, từng chịu những thảm nhục tàn sát, vậy mà trong sáu bảy chục thế hệ, bất kỳ ở đâu cũng vẫn giữ được truyền thống tôn giáo, vẫn hướng về quê hương. Sau cùng lập lại được một quốc gia trên mảnh đất của tổ tiên và mấy chục năm sau, quốc gia đó chẳng những hai lần củng cố được nền độc lập, mà còn thêm hùng cường, tân tiến, làm cho khắp thế giới phải ngạc nhiên, các nước Á Phi phải noi gương, muốn rút kinh nghiệm của họ trong sự chiến đấu với ngoại bang, nhất là với thiên nhiên.

Do Thái có 60% diện tích là sa mạc, chỉ có 2% là diện tích mặt nước. Vậy mà Do Thái không những không thiếu nước, họ còn là nguồn cung cấp nước cho các nước láng giềng. Sao có thể thực hiện điều đó? Tôi đã tìm đọc cuốn sách của tác giả Seth M. Siegel,[2] ngay Phần I của sách đã đập mạnh không những vào mắt tôi, mà còn ở cả tâm trí là: *Kiến tạo một quốc gia chú trọng nước.*

Rồi chương 1 của phần này ông đề cập đến: *Một nền văn hóa tôn trọng nước.* Ông kể rằng: Chị Aya Mironi, đã 30 tuổi nhớ lại ngày còn nhỏ, sau khi tắm xong mẹ chị luôn mang những xô nước đã tắm xong đó đi tưới hoa và cây cối quanh nhà. Đừng tưởng nhà

---

[1] Nguyễn Hiến Lê: *Bài học Do Thái.* NXB Duy Tuệ, 1974.

[2] Seth M. Segel; Nguyễn Đức Hưng, Nguyễn Đắc Lộc và Nguyễn Anh Tuấn dịch: *Con đường thoát hạn, Giải pháp Israel cho một thế giới khát nước.* NXB Thế Giới, 2016

họ nghèo. Không, người phụ nữ ấy trong một gia đình trung lưu. Chị Aya cũng kể rằng, ở trường học họ cũng được giáo dục rất kỹ lưỡng về việc *"không lãng phí dù chỉ một giọt nước"*. Tác giả Siegel gọi đó là một *"nền văn hóa tôn trọng nước"*, không xem nước là hiển nhiên có.

Trong bối cảnh phải làm một cái gì đó để tự sinh tồn, người Do Thái đã thử rất nhiều phương cách. Một trong những phương cách thành công của Do Thái là "khử mặn", nghĩa là biến nước mặn thành nước ngọt, để ăn uống, để sử dụng trong sinh hoạt vệ sinh hằng ngày và để phục vụ trong nông nghiệp. Nông nghiệp là lãnh vực tiêu xài phần lớn số lượng nước, bởi thế người ta hay nói: Các nước tân tiến nhập cảng nông sản từ các nước nghèo đồng nghĩa với nhập cảng nước từ các quốc gia đó.

Do Thái đã bắt đầu nghiên cứu việc khử mặn từ những năm 1960. Phó Tổng thống Hoa Kỳ lúc đó là Johnson, sau đó làm Tổng Thống thay thế Tổng Thống Kennedy bị sám sát, đã hỗ trợ chương trình đắc lực này của Do Thái. Tuy nhiên, do tình hình chính trị phức tạp, do chiến tranh trên thế giới trong đó có cuộc chiến tranh ở Việt Nam, chương trình này nhiều lần bị đình hoãn. Tuy Hoa Kỳ đình hoãn nhưng Do Thái trong khả năng của mình vẫn tiếp tục. Vấn đề khó khăn là chương trình đã quá tốn kém công quỹ trong nhiều năm mà chưa mang lại hiệu quả đáng kể.

Thật ra cái ý tưởng khử mặn nước biển để sử dụng cho nhu cầu ăn uống cũng không phải là hoàn toàn mới. Từ thời cổ đại, người La Mã đã cố thử lọc nước biển cho quân đội của họ nhưng không thành công. Bây giờ Do Thái lập nhiều chương trình thử nghiệm nhưng kết quả cũng không được như ý, cho đến lúc Sidney Loeb áp dụng thành công hệ thống lọc gọi tên là màng RO - Reverse osmosis (thẩm thấu ngược). Màng lọc RO được sản xuất từ chất liệu polyamit, ban đầu tạo ra loại nước lợ, sau đó cải tiến thành công.

Lúc đọc đến các công trình của Do Thái biến nước mặn thành nước lợ, rồi biến nước lợ thành nước ngọt tôi nhớ đến Trung Niên Thi Sĩ Bùi Giáng hết sức. Nhớ vào khoảng cuối năm 1973, đầu 1974, lúc chúng tôi ở chung tại Nội Xá Đại Học Vạn Hạnh, có lần trong giờ ngủ trưa anh đã dựng đầu tôi dậy và giảng cho tôi nghe về đủ thứ chuyện văn chương, triết học đông tây. Anh hỏi tôi: *"Chú thanh niên có biết tao viết 'Trăng Tỳ Hải' nghĩa là gì không?"* Trời ạ, làm sao tôi - một thanh niên mới chừng 18 tuổi đầu - biết chuyện cao siêu, ý nghĩa một tác phẩm tổng hợp của Albert Camus, Andre Gide, Martin Heidegger mà anh lại đặt nhan đề là "Trăng Tỳ Hải"? Thấy tôi ngồi yên lặng anh bèn giải thích tiếp: "Trăm sông - sông con sông cái đều dồn ra biển; chỗ nước sông đổ về rồi gặp biển lớn ta gọi là Tỳ Hải. Nơi ấy có ông trăng chiếu sáng thì gọi là Trăng Tỳ Hải. Có vậy mà không biết!" Vậy thì chỗ "tỳ hải" ấy phải là chỗ nước lợ, đã hết vị ngọt của sông nhưng chưa thấm cái mặn của biển.

Nói sa đà, xin quay lại chuyện ông Loeb. Sidney Loeb là kỹ sư hóa chất người Mỹ gốc Do Thái, đã tạo được tấm màng có các lỗ kích thước nhỏ bằng các hạt nano. Những lỗ này chỉ để nước tinh khiết chảy qua và chặn các hạt muối cũng như những khoáng chất hoà tan trong nước biển lại. Ngay tại Hoa Kỳ, trong năm 1965 màng RO này của Loeb đã được ứng dụng tại Coalinga, California. Nhưng cũng trong năm đó vợ chồng Loeb muốn ly dị nhau. Luật tòa án California quy định, nếu muốn ly dị mà tránh tranh tụng phiền phức thì hai vợ chồng phải ly thân một năm. Bản thân Loeb cũng cần có việc làm để sống nên năm 1966 nhân cơ hội này Sidney Loeb bỏ về ở Do Thái. Tại Do Thái thì những công trình khử mặn của Loeb đã được để ý đến và bây giờ họ hoan nghênh chào đón ông. Ông được trọng dụng ngay và lập tức các công trình lọc nước khử mặn bằng màng RO đã thành hình. Nhiều nhà máy với kinh phí cao của chính phủ đã được xây dựng lên để thí nghiệm. Khi đã có những thành quả đáng kể bước đầu thì tư nhân đầu tư vào với kinh phí cao hơn. Các bước tiến này khiến Do Thái ngày nay nổi tiếng trên thế giới về việc lọc nước khử mặn.

Ông Ilan Cobe, Chủ nhiệm Văn phòng Thủ tướng Chính phủ thời Thủ tướng Ariel Sharon và Ehud Olmert nói: *"Khử mặn cho phép chúng ta kiểm soát vận mệnh của chúng ta – một điều quan trọng đối với bất kỳ quốc gia nào – song đặc biệt là đối với chúng ta trong địa thế bị kẹt giữa xung quanh toàn là đối thủ thù nghịch."*

Hiệp Hội Global Voice ngày 06.10.2016 trích nguồn tài liệu của Đại học Yale Hoa Kỳ nêu con số lạc quan như sau: Trong năm 2016 có 55% số nước sử dụng ở Do Thái xuất phát từ nguồn khử mặn nước biển.

Nói tóm lại, cái viễn cảnh thiếu nước ngọt để sử dụng của chúng ta trên địa cầu này là tất yếu, chắc chắn sẽ xảy ra. Nhưng qua kinh nghiệm của Do Thái, ta thấy cũng có thể có một sinh lộ. Vậy bài học ta học được ở đây là gì? Tác giả cuốn sách bán chạy nhất - bestseller - đã nói ở trước, tổng kết tất cả các công việc mà chính quyền và dân Do Thái đã và đang thực hiện trong việc đeo đuổi nước sạch thành những điểm chính yếu liệt kê như sau:[1]

- Bơm và lọc nước tự nhiên từ các tầng ngậm nước, giếng, sông và Biển Hồ Galilee.

- Khử mặn nước biển.

- Khoan giếng sâu để lấy nước lợ.

- Phát triển các giống cây ưa nước mặn.

- Xử lý gần như tất cả nước thải sinh hoạt tới mức tinh khiết nhất và tái sử dụng cho cây trồng.

- Tích trữ và sử dụng lại nước mưa.

- Không khuyến khích cảnh quan công viên và nhà ở tiêu tốn nước ngọt.

---

[1] Sđd, tr. 416-417

- Gieo mây để tăng cường lượng mưa (tức tung chất hóa học lên trời tạo độ ẩm trên không gây mưa).

- Yêu cầu tất cả các thiết bị (đặc biệt bồn cầu) phải có hiệu suất tiết kiệm nước cao.

- Thay thế cơ sở hạ tầng trước khi xuất hiện rò rỉ và sửa chữa tức thì khi rò rỉ xuất hiện.

- Giáo dục trẻ em về giá trị của việc tiết kiệm nước.

- Thu phí sử dụng nước để khuyến khích hiệu quả sử dụng.

- Khích lệ tài chánh cho các công nghệ tiết kiệm nước.

- Thử nghiệm các ý tưởng giảm sự bay hơi.

- Chuyển dịch nông nghiệp sang việc trồng các cây tiết kiệm nước.

- Sử dụng tưới nhỏ giọt triệt để trong nông nghiệp.

Ghi chú: Từ thời xưa trong nông nghiệp thường có lối tưới ngập (flood irrigation). Vì vậy người ta cho rằng nước là yếu tố quyết định sống còn trong nông nghiệp, như câu thành ngữ ở Việt Nam: Nhất nước, nhì phân, tam cần, tứ giống. Cách tưới này cây cối chỉ tiếp nhận được nhiều nhất là 50% lượng nước, số còn lại thất thoát hoàn toàn vào đất. Sau đó, nhờ biết ứng dụng kỹ thuật vào nông nghiệp, nông dân áp dụng cách tưới phun (sprinkler irrigation). Cách này tuy khá hơn nhưng cũng có lượng nước thất thoát khoảng 30%, do máy phun nước tưới cả khu vực chung quanh và khi nước phun lên trời cũng bị thất thoát nhiều qua hơi nước. Phương cách có hiệu quả cao là tưới nhỏ giọt (drip irrigation). Áp dụng phương cách này, nông dân tưới thẳng vào gốc, để nước thấm ngay vào rễ. Đồng thời điều chỉnh cho một lượng nước vừa đủ. Cách này chỉ thất thoát chừng 4% thôi, do nước bốc hơi hay thấm ở chỗ không cần thiết vào lòng đất. Tuy nhiên, trong các nông trại lớn với hệ thống tưới tự động, để có thể áp dụng phương cách tưới nhỏ giọt, chủ nông trại phải mua sắm hệ thống nước đưa đến tận từng gốc cây. Hệ thống này không phải ai cũng kham nổi. Vậy mà hầu hết các nông trại ở Do Thái đã thực hiện điều này, đáng khâm phục.

Đến đây mình có thể thống nhất với nhau rằng, nước là một nguồn tài nguyên vô giá mà thiên nhiên đã tặng cho chúng ta. Là vô giá nhưng lượng nước không phải là vô hạn – cũng không phải vô tận. Ta phải trân quý nó như trân quý chính mình (70% vật thể trong con người ta là nước).

Nước đã thực sự bắt đầu cạn nguồn rồi. Hãy làm ngay một cái gì đó.

Củ khoai và hạt lúa

(Thoát hạn 2)

> *Sét kia do sắt sinh ra*
> *Để rồi trở lại ăn qua sắt này*
> *Khác chi nghiệp ác người gây*
> *Nghiệp kia trở lại hại ngay người rồi*
> *Đưa người vào cõi ác thôi!*
>
> *(Pháp Cú, câu 240)*[1]

Một thuở rất xa xưa, thời Ngọc Hoàng còn hay lui tới trần gian, gần gũi giúp đỡ con người. Ai người ăn hiền ở lành, nếu có nguyện ước gì thì cứ cầu khẩn, Ngọc Hoàng sẽ xét rồi giúp cho. Ở quận Cao Bình (thành phố Cao Bằng?) có vợ chồng họ Thạch, đã luống tuổi mà không có con nối dõi tông đường nên đã chí thành khẩn cầu. Ngọc Hoàng thấu rõ lòng thành của họ nên cho thái tử, con trai của mình đầu thai làm con của họ. Chẳng bao lâu cụ bà Thạch thọ thai. Mừng vui biết chừng nào nhưng sao đã mấy năm mà vẫn chưa sanh được. Mãi sau khi ông cụ Thạch bệnh chết đi cụ bà mới sinh cậu con trai quý tử... Sinh ra là Thạch Sanh đã mồ côi cha.

Giống như mọi cổ tích khác trên đời này, chuyện Thạch Sanh Lý Thông cũng bắt đầu như vậy. Nếu Thạch Sanh là người hiền thì Lý Thông phải là người ác, phải là kẻ phản bội. Cổ tích cũng phải có Vua, có công chúa tuyệt đẹp và cuối cùng người hiền (là

---

[1] *Kinh Pháp Cú*, Tâm Minh Ngô Tằng Giao thi hóa. Nguồn: Thư Viện Hoa Sen.

Thạch Sanh) sẽ lấy công chúa làm vợ. Cái khoảng giữa của cổ tích tất nhiên có nhiều chi tiết mê ly nhưng cho tôi xin miễn kể. Đoạn kết: Thạch Sanh diệt loạn do các hoàng tử từ 18 quốc gia láng giềng mang quân đến đánh phá. Sau khi thắng trận vẻ vang, Thạch Sanh dùng một cái niêu cơm nhỏ xíu đem nấu cơm khoản đãi binh lính. Không phải binh lính của mình, vì Thạch Sanh đã một mình với một cây đàn đơn phương chọi giặc. Chàng Thạch nấu cơm đãi quân lính của 18 quốc gia địch vừa thua trận. Thật từ bi rộng lượng. Niêu cơm nhỏ xíu vậy mà 18 đạo quân ăn hoài không hết. Hễ bới cơm xong niêu cơm lại tự đầy trở lại. Về sau Thạch Sanh lên ngôi vua thống trị trăm họ và sống hạnh phúc mãi mãi bên người đẹp là công chúa Quỳnh Nga.

Cổ tích luôn luôn có hậu, luôn là *"happy end"*. Nhưng cuộc đời thường không phải là cổ tích. Tôi ước, phải chi bây giờ mình chỉ cần có chừng 5, 7 nồi cơm như vậy để đem chia cho bà con đang bị nạn đói trên thế giới thì sung sướng biết chừng nào. Tôi đã cố vào lục lọi khắp chợ trời và tìm trong "Ebay" loại niêu cơm Thạch Sanh này nhưng không thấy, chỉ gặp toàn những món hàng về chiến tranh (do chữ sanh của địa danh Khe Sanh).

Bạn đừng tưởng tôi nói giỡn. Nạn đói đang báo động, đang hoành hành nơi này nơi kia trên thế giới. Càng ngày càng tệ hại hơn. Cũng xin đừng nói là nếu nạn đói đến, ai đói chứ tôi sẽ không đói. Tôi còn vàng trong tủ sắt, còn tiền trong trương mục, tôi có đóng bảo hiểm v.v... Xin thưa, tôi đã từng chứng kiến tận mắt cảnh: có đô la trong túi, có vàng trong tay mà không mua được thức ăn. Vẫn phải chịu đói, chịu khát.

Thế giới đang có báo động đói, thất thoát mùa màng do thiếu nước. Không phải chỉ ở vùng hạn hán châu Phi mà cả ở Á Châu, ở Trung Quốc, ở Bắc Hàn. Ví dụ một tin này từ BBC:

BBC 16 tháng 5 2019: Bắc Hàn bị hạn hán tồi tệ

Tờ báo hàng đầu nước này, Rodong Sinmun nói thêm rằng "nước hiện nay là thứ cần hơn bao giờ hết" và đất nước đang trong một "cuộc chiến dữ dội" để ngăn chặn thiệt hại do hạn hán gây ra.

"Người lao động trong ngành nông nghiệp phải quyết liệt bảo vệ ruộng đồng khỏi thiệt hại do hạn hán", báo này viết. Hồi tháng trước, Chương trình Lương thực (WFP) và Tổ chức Nông Lương (FAO) của Liên Hiệp Quốc nói trong một bản phúc trình chung rằng sản lượng thu hoạch vụ mùa 2018 của Bắc Hàn rơi xuống mức thấp nhất kể từ 2008. Bản phúc trình ước tính là có 10 triệu người, chiếm 40% dân số cả nước, đang khẩn cấp cần cứu trợ lương thực."

Vậy muốn sống ta phải ôn lại bài học của ông cha ta: Khéo ăn thì no, khéo co thì ấm. Khéo co như thế nào đây? Ăn phải như thế nào để vừa no mà vừa ngon, đồng thời phải bổ dưỡng. Đây có thể là sinh lộ duy nhất trong những ngày sắp tới của thế hệ chúng ta.

Người Việt Nam mình, hay Á Châu nói chung. có thói quen bữa ăn phải có carbohydrate, nghĩa là cơm, bún, mì... Nếu chỉ ăn thịt, cá, rau... thì không phải là bữa ăn. Hai loại carbohydrate chính hiện nay trong bảng liệt kê thực phẩm là gạo và khoai tây. Mình có thói quen cứ xem khoai tây là loại rau, củ để ăn chung với cơm. Tôi nhớ hồi xưa, hôm nào bệnh lắm mới được ăn tô súp nấu khoai tây, cà rốt với thịt. Người Đức ăn khoai tây như chúng ta ăn cơm mỗi ngày. Họ vẫn sống khỏe mạnh, vẫn thông minh như (hay hơn chút) người Á Châu mình. Đó là việc làm rất khôn ngoan. Tại sao khôn ngoan? Tôi xin nói.

a. Để trồng được 1 kg khoai tây, nông dân cần 212 lít nước; 1 kg gạo nông dân cần 5.000 lít nước. Xin nhớ cho, đây là con số quân bình theo mức canh tác ở nhiều loại ruộng và nhiều giống lúa. Có thể có giống cần nhiều hay ít nước hơn.

b. Khoai tây có giá trị dinh dưỡng cao. Khoai tây có nhiều carbohydrat, nhiều tinh bột, chất xơ. Ngoài ra còn có chất đạm, gồm hai loại acid amin là methionine và cystine. Khoai có nhiều sinh tố B1, B2, B6, E, K, C và rất ít calori. Một củ

Người Đức ăn khoai tây như chúng ta ăn cơm mỗi ngày. (Photo: Văn Công Tuấn)

khoai trung bình cho 25mg sinh tố C, 22mcg folacin, 5g chất đạm, 4g chất xơ, 840mg kali và một lượng rất ít sắt, kẽm.

Nhiều người cho rằng khoai tây làm mập. Điều đó không đúng. Thực ra khoai cung cấp rất ít năng lượng. Chuyện lên ký lô là do người ta thường đem chiên khoai với nhiều dầu mỡ hoặc ăn chung với nhiều bơ, nước xốt béo. Một củ khoai tây trung bình khi bỏ lò chỉ cung cấp khoảng 80 calori, nhưng nếu chiên dầu thì sẽ cung cấp tới gần 500 calori.

Như ở trên có nói, nhân loại hiện nay có gần 7 tỷ người. Gần 40% trong số này là người Trung Quốc và Ấn Độ cộng lại. Đây là giống dân ăn cơm mỗi ngày. Ngoài ra còn có những giống dân khác ở châu Mỹ La Tinh, châu Phi cũng dùng gạo. Có những vùng ở châu Á còn ăn cơm mỗi ngày 3 bữa. Hoặc các loại bún, mì... từ bột gạo mà ra. Thử hỏi nếu chúng ta chỉ cần giảm một nửa số đó. Giảm đi mà không phải đói, giảm đi mà vẫn ăn ngon, đồng thời góp phần vào tiết kiệm nước của trái đất, bảo vệ môi trường, làm sạch hành tinh của chúng ta. Sao ta không thử?

Tôi đã đặt vấn đề với một người quen, là chuyên viên về khoai tây, chị Kristine P. của Công ty Solana tại Đức.[1] Chị đã gởi cho tôi một vài tài liệu thú vị và nói rằng, hiện nay ở Đức có khoảng 200 loại khoai tây. Phổ biến chỉ chừng 40 loại tùy theo khẩu vị. Hãng của chị vẫn nghiên cứu tạo giống những loại mới. Và lĩnh vực này cũng là việc làm thuộc thẩm quyền của chị.

Hai vấn đề đặt ra làm tiền đề ở đây là:

Vấn đề 1: Hỏi: Khoai tây có thể trồng tại vùng nhiệt đới Á Châu được không?

Đáp: Chắc chắn được, NHƯNG không phải loại nào cũng trồng được. Và cũng không phải ở đâu cũng được, ưu tiên các vùng lạnh. Các nhà chuyên môn, ở Đức lúc đầu cũng đã phải kinh qua những

---

[1] Xem thêm https://www.solana.de/

tiến trình này, đã phải nghiên cứu để tạo ra những giống mới phù hợp thủy thổ, khí hậu và cũng tùy thuộc khẩu vị của người ăn.

Vấn đề 2: Hỏi: Liệu người Á Châu có thể ăn khoai tây thay thế cơm được không?

Đáp: Đây là một câu hỏi khó. Theo thói quen thì người Á Châu ai cũng thích ăn cơm hơn. Nhưng, ví như người nghiện thuốc lá thì nói rằng đời ta sẽ hết ý nghĩa khi không còn thuốc lá. Người không hút thuốc lá thì thấy hôi hám, khó chịu, hút làm chi cho tiền mất tật mang. Thói quen nào mà không thay đổi được. Và thói quen nào khi thay đổi mới đầu cũng khó chịu. Mình chỉ cần thay loại kem đánh răng đã thấy không hài lòng chứ đừng nói gì xa xôi. Nhưng nếu thay đổi thói quen mà tạo cảm giác sảng khoái hơn thì không khó chịu. Thử hỏi, ngày xưa mình đâu có thói quen đi xe hơi mà sao nhảy vào xe ngồi là thấy khoái ngay. Vấn đề là chỗ đó. Vấn đề là những đầu bếp của mình nên suy nghĩ làm sao để có những món ăn ngon từ khoai tây mà người nào ăn cũng thấy khoái khẩu. Như đi bộ trời nóng nực nhảy vào ngồi xe hơi máy lạnh mát rượi thì khoái, tuyết lạnh mà ngồi xe có sưởi thì ấm áp dễ chịu ngay.

Khoai tây có độ dinh dưỡng cao, có thể phòng ngừa một số bệnh. Thì ai cũng biết vậy, khỏi cần nói nhiều. Nhiều người lầm tưởng rằng khoai tây xuất phát từ Đức vì thấy người Đức chỉ ăn khoai tây mỗi ngày. Thỉnh thoảng họ mới đệm vào bữa gạo hay mì. Có thể họ ăn 70-80% là khoai tây. Ăn mỗi ngày. Nhưng không, khoai tây xuất thân từ Nam Mỹ. Người Inca ở Peru đã trồng nó trên vùng đất xấu Andes ở độ cao 3.000 và 4.000 m, nơi các loại bắp không mọc được. Họ gọi tên là "papa", nghĩa là "củ". Người Tây Ban Nha mang khoai tây về Âu Châu vào thế kỷ 16 và đến thế kỷ 17 khoai tây nhập vào nước Đức. Mới đầu khoai tây đến đấy với mục đích duy nhất là xóa đói. Sau này nó trở thành món ăn thông dụng cho mọi bữa và được chế biến thành nhiều món ăn. Món nổi tiếng thế giới là Pommes Frites.

Người Đức chế biến ra rất nhiều món ăn bằng khoai tây như Salz- hay Béchamelkartoffeln, bỏ vào lò nướng làm Kartoffelauflauf hoặc Backkartoffeln, hay họ chiên thành Bratkartoffel, Rösti. Tán nhỏ thành bột và làm những viên tròn gọi là Klöße hay Kartoffelpüfferchen. Xay thành bột làm Kartoffelbrei. Chiên với dầu thành Pommes Frites, Kroketten. Hoặc ăn lạnh là Kartoffelsalat. Tùy theo từng vùng còn có những thực đơn khác nữa. (Xin lỗi, do tôi hơi dốt việc nấu nướng nên không biết hết tất cả các món, nhưng nói chung: nhiều lắm!)

FAO - Tổ chức Lương thực và Nông nghiệp Liên Hợp Quốc - từ lâu đã xem khoai tây là thực phẩm có khả năng giải quyết các vấn đề khan hiếm thực phẩm trên hành tinh hiện nay.

Chính nhà cầm quyền Trung Quốc đã thực hiện lời khuyên này của FAO. Chuyện này cũng không phải bây giờ người ta mới nói đến. Trung Quốc đã âm thầm thử mấy năm nay rồi. Họ đã nhìn thấy nguồn thực phẩm là cứu tinh giải quyết nạn đói trong thời gian ngắn sắp đến đây trong một xứ sở có 1 tỷ rưỡi người này. Họ đã trợ cấp cho nông dân mua cây giống. Có thể họ chưa có biện pháp giải quyết tốt cho vấn đề này nhưng biết đâu trong một tương lai gần sẽ có những kết quả khác.

Nói chung, cái nạn đói ấy tuy chưa thấy rõ nhưng cũng sẽ có ngày kéo đến Việt Nam mình. Lý do là vì Việt Nam cũng được xếp loại là vùng sẽ thiếu nước.

Xin trích đoạn văn này của một nhân vật có trách nhiệm trong lãnh vực ấy. Tiến sĩ Hoàng Minh Tuyền là Giám đốc Trung Tâm Nghiên cứu Thủy văn và Tài nguyên Nước (2016) viết: *"Chưa bao giờ câu chuyện nước Việt Nam lại cấp bách như thời gian qua. Biến đổi khí hậu, hạn hán đã thực sự hiện diện khốc liệt trong đời sống và sản xuất. Việt Nam hẳn chưa có nhiều trải nghiệm về tình trạng thiếu nước cũng như kinh nghiệm quản lý nước... Tuy nhiên, vấn đề nước chắc chắn sẽ là câu chuyện thường trực trong tương lai mà chúng ta phải đối mặt một cách chủ động và hiểu biết."* (Trích Lời Giới thiệu in ở bìa 2 sách *Con đường thoát hạn.*)

Có thể mình có cách hay hơn người Trung Quốc. Có thể có những đầu bếp đầy sáng tạo hơn. Biết đâu được?

Khi viết những dòng này tôi không hề muốn khuyên anh, khuyên chị không nên ăn cơm nữa. Không! Một bữa cơm gia đình có chén cơm, đôi đũa, có nước tương/nước mắm, có trái ớt cay... là văn hóa ẩm thực của mình. Điều đó thật là quý hóa, nhất là ở hải ngoại. Nhưng nếu được, mỗi tuần lễ mình đổi trong vài ngày (ví dụ cuối tuần) ăn khoai tây hay những thực phẩm từ khoai tây thì mình sẽ tiết kiệm đi 1/3 số nước tưới chênh lệch cho đồng ruộng. Nếu 3 tỷ người ăn cơm cùng làm như vậy thì may ra số nước thiếu hụt cũng đỡ bớt phần nào.

Phải bắt đầu trước khi quá trễ.

Trong sổ tay của tôi có ghi một câu quá hay, tiếc rằng quên ghi xuất xứ, hình như của một sắc dân thiểu số da đỏ, xin phép tác giả cứ ghi ra đây để chúng ta cùng suy ngẫm:

"Khi cái cây cuối cùng bị đốn, khi dòng sông cuối cùng bị ô nhiễm, khi con cá cuối cùng bị đánh bắt, các người phải nhìn nhận ra rằng tiền không thể ăn được."

Đầy vơi
một bát Nước

Người ta khổ vì thương không phải cách
Yêu sai duyên, và mến chẳng nhằm người
Có kho vàng nhưng tặng chẳng tùy nơi
Người ta khổ vì xin không phải chỗ.[1]

(Xuân Diệu)

Giá của một bát nước

Prakirti (cô thiếu nữ): Thưa Tôn giả, ngài cần gì ạ?

Ananda: Tôi xin cô bát nước.

Prakirti: Con là dân hạ tiện.

Ananda: Tôi chỉ cần nước uống thôi.

Prakirti: Con là dân hạ tiện. Không ai uống nước của con.

Ananda: Tôi chỉ xin nước uống cho hết khát thôi. Nước làm cho bất cứ ai đều hết khát cả, đâu có phân biệt đẳng cấp.

Prakirti: Con là con gái hạ tiện. Nước giếng thì trong, nhưng đối với người ở đẳng cấp trên, nước của con không sạch. Chẳng có ai ngoài đẳng cấp của con uống nước giếng này cả.

Ananda: Tôi có hề hỏi cô thuộc đẳng cấp nào đâu? Tôi chỉ xin nước uống.

Prakirti: Chẳng lẽ ngài không biết sao? Trong xứ này có hai đẳng cấp: trên và dưới. Con là người đẳng cấp dưới.

---

[1] Xuân Diệu: *Dại khờ* (Trong tập thơ *Gởi Hương cho Gió*)

Ananda: Tôi đâu cần biết đẳng cấp của cô. Tôi chỉ cần nước uống.

Prakirti: Làm sao con dâng nước cho ngài được? Con là con gái hạ tiện. Những người ở trong lâu đài đàng kia kìa, những người ấy thuộc đẳng cấp trên. Còn những người như con, chúng con không có được cả quyền nhìn họ. Họ không giẫm chân lên bóng của chúng con. Khi chúng con đến gần, họ tránh. Nếu họ thấy chúng con, họ phải rửa mặt với nước hương hoa, vừa rửa vừa nói: "Ta vừa thấy dân hạ tiện." Vậy thì làm sao con dâng nước cho ngài được? Làm sao con đến gần ngài để dâng nước? Nếu bóng con trải trên người ngài, ngài cũng sẽ trở thành dân hạ tiện.[1]

Đó là đoạn đầu một mẩu đối thoại giữa nàng thôn nữ Prakirti (Ma Đăng Già) và Tôn giả A Nan. Câu tiếp theo Tôn giả An Nan còn nói tiếp với nàng Prakirti: *"Tất cả mọi người mà tôi thấy đều có hai tay, hai chân, hai mắt, một miệng, một khuôn mặt, một mũi. Mặt trời đâu có mọc ở phương tây đối với người đẳng cấp dưới? Các người này có bao giờ cảm nhận hạnh phúc hay khổ đau khác ai đâu? Khi ăn, bụng họ cũng đầy. Họ khác chỗ nào?"*

Tôn giả A Nan là một trong 10 đệ tử lớn của Phật, cũng là em chú bác ruột của Phật (thái tử Tất Đạt Đa). Người có tướng mạo rất đẹp và trang nghiêm, cung cách đài các, sang trọng vì gốc là người của hoàng gia, nói năng lại nhỏ nhẹ từ tốn. Một con người như thế mà lại đến nói chuyện cùng một con người ở giai cấp hạ tiện. Còn nàng thôn nữ kia? Dù biết phận của mình là hạ tiện nhưng trái tim đâu biết biên giới. Nàng thôn nữ say mê chàng thanh niên trong lớp áo sa môn ấy ngay. Nàng thẩn thờ đắm đuối nhìn người thanh niên ấy mãi cho đến khi Tôn giả đã đi khuất bóng.

Nàng mang nước về nhà với dáng điệu nửa mừng vui nửa ủ rũ. Cái khối sầu tương tư kia ghê gớm lắm, càng cố đè nén trong lòng

---

[1] Ven. Weragoda Sarada Maha Thero; Cao Huy Thuần dịch: *Cho tôi bát nước* (trong tác phẩm *Thấy Phật*).

thì nó càng nở ra và lớn dần, lớn dần. Nàng u sầu ủ rũ. Cả ngày hôm ấy nàng chẳng thiết ăn uống gì nữa, hồn vía như ở tận mây xanh. Nhà chỉ có hai mẹ con nên người mẹ biết ngay, gạn hỏi nàng mới thố lộ là nàng đã yêu say mê người sa môn ấy. Người ấy là thiên thần của đời con, thiếu chàng con không thể sống được, con sẽ chết mất mẹ ơi! Nàng nói như vậy với mẹ. Thương con (mẹ nào mà chẳng thương con), người mẹ đến cầu khẩn một người Bà La Môn có pháp thuật và xin thần chú Ca Tỳ La Phạm Thiên để làm mê hoặc vị sa môn. Hôm sau Tôn giả A Nan cũng như thường lệ, đi đến xóm nghèo ấy khất thực thì hai mẹ con đọc chú thuật khiến Tôn giả bị mê và đưa Thầy vào nhà, nhốt trong buồng kín toan thất thân với Thầy. Phật dùng Phật nhãn quán sát và biết được bèn nói thần chú Lăng Nghiêm, sai Tôn giả Văn Thù đến nhà hai người đàn bà ấy, tụng chú Lăng Nghiêm của Phật để phá thần chú "Ca Tỳ La Phạm Thiên" của Bà La Môn và cứu sư đệ về. May cho ngài An Nan chưa bị nàng hủy hoại nếp sống tịnh hạnh. Tại sao lại cử Ngài Văn Thù đi? Bởi vì Văn Thù là bậc Đại Trí trong hàng đệ tử của Phật. Chỉ có trí tuệ mới có thể phá được cái si mê lụy tình.

Không bỏ cuộc vì đã quá yêu thương A Nan, nàng Ma Đăng Già chạy đến gặp Phật và khẩn cầu Ngài cho nàng được lấy Tôn giả A Nan làm chồng. Phật biết khó cản được một con người đang độ si mê cuồng dại, nên đặt một điều kiện. Lúc này với Ma Đăng Già, mười điều kiện nàng cũng vâng, huống hồ Phật nói chỉ một. Điều kiện đó là: Nếu con muốn lấy A Nan thì phải về tinh xá ở tu trong vòng một năm. Nàng đồng ý ngay. Vì lẽ thứ nhất, đây là giải pháp cuối cùng. Nhưng mặt khác, lẽ thứ hai, nàng thầm nghĩ một năm tu rồi cũng sẽ qua, quan trọng là nàng được ở gần chàng, được có cơ hội nhìn thấy chàng trong các sinh hoạt ở tinh xá. Ai có ngờ đâu, như một mảnh ruộng quá khô cằn giờ mới được dòng nước mát lành tưới tắm và dần dần hồi sinh trở lại, nàng đón nhận những trận mưa pháp của đức Thế Tôn, tinh chuyên tu tập và chẳng bao lâu đắc quả.

Câu chuyện tóm tắt là thế. Nhưng có rất nhiều chi tiết hấp dẫn không thể nói hết được.

Đọc chuyện này từ hồi còn nhỏ, tôi thấy thương Ngài A Nan hết sức. Bây giờ đọc lại bằng ngôn ngữ dễ hiểu của Giáo sư Cao Huy Thuần, dịch lại lời của Sư Weragoda Sarada Maha Thero; tôi lại thấy khâm phục nàng Prakirti (Ma Đăng Già).

Thời gian mấy mươi năm qua tôi đã từng chứng kiến vài trường hợp, có thầy đã bị nạn "Ma Đăng Già" như thế. Cũng có sư cô vướng phải pháp thuật của "Ga-Lăng Già"[1] nữa, tuy số nữ thì ít hơn. Thật xui cho mấy Thầy, mấy cô ấy quá, nếu đức Phật còn tại thế thì đâu đến nỗi. Vả lại, các nàng Prakirti, các chàng "Ga-Lăng Già" thời nay cũng đâu dễ gì chứng quả như thời còn có Phật Thích Ca ở cõi Ta-bà nên cứ bám theo mãi. Thật rủi ro cho họ.

Tựu chung cũng từ một bát nước ấy mà sinh sự. Giả sử, hôm đó Tôn giả A Nan cũng đi khất thực như mọi ngày mà không khát nước thì đâu có chuyện gì xảy ra. Hoặc giả, nếu gặp người con gái không đa tình như Ma Đăng Già thì chỉ có vài mẩu đối thoại ngắn, rồi dâng nước, rồi uống nước là xong chuyện.

Phải chăng, cuộc đời này tuy là một tràng dài những hạnh phúc mà cũng chính là cả một chuỗi những rủi ro. Tôi xin gọi đó là những tai nạn (trong khi có người gọi là sự cố, nghe hơi lạ tai). Cũng có khi những rủi ro của người này lại là hạnh phúc của người kia. Con chim ngậm con giun bay trên cao, lỡ há mồm rớt xuống đất, có con vịt đứng sẵn đâu đó mổ ngay và nuốt trọn. Con chim xui mà con giun cũng xui. Hiểu sao cũng được.

Tôi còn nhớ câu chuyện của bác học Alexander Fleming (1881-1955) và một câu phát biểu để đời của ông. Ông là một ân nhân vĩ

---

[1] Nhại theo tiếng Pháp chữ *galant* (danh từ) nghĩa là người sang trọng, người phong nhã hào hoa, người khéo chiều chuộng phụ nữ, người nịnh đầm.

đại của nhân loại khi phát minh ra chất trụ sinh Peniciline, chữa trị hàng loạt căn bệnh hiểm nghèo, cứu được hàng bao nhiêu sinh mạng. Ở Hàn Lâm Viện Y Khoa Anh Quốc ông tuyên bố: *"Sao người ta cứ gán cho tôi cái công phát minh ra chất Peniciline. Không ai phát minh ra được chất Peniciline, vì tạo hóa đã sinh ra nó từ thuở nào đến giờ, nhờ một loại mốc... Tôi chỉ có công làm cho mọi người chú ý tới chất đó, và đặt cho nó cái tên, thế thôi."*

Xin nhắc, ông Fleming tìm thấy chất này do hôm đó làm việc nhiều quá mệt mỏi và ông đã... lười biếng không chịu dọn dẹp, rửa sạch các dụng cụ, đồ chứa trong phòng thí nghiệm của ông. Mấy hôm sau ông quay lại thì ngay chỗ những đồ dơ dáy ấy lên nấm men của Penicilin. Cũng vậy, cái bát nước của nàng Prakirti, cũng có những điều kém may mắn (hay xui xẻo).

- Cô gái Ma Đăng Già đã xui quá nên hôm đó mới gặp Ngài An Nan. Thế gian ai cũng hiểu, mình yêu mê mệt người ta mà biết là không bao giờ lấy được người đó thì xui thật. Tình đơn phương!

- Tôn giả A Nan cũng xui xẻo quá. Thiếu gì đường đi khất thực sao lại lạc bước vào cái xóm yêu quỷ này. Rồi tại sao lại gặp cô gái đi gánh nước.Ví dụ gặp một bà già để xin nước thì đâu xảy ra chuyện gì.

- Đại chúng tu tập bên Phật, chắc hẳn là trong những ngày tháng mà Prakirti đi xuất gia phải chăm sóc người thiếu nữ bị bệnh tương tư. Rồi nghe Phật giảng đi giảng lại cái đề tài yêu là khổ (tôi đoán mò vậy).

- Tỷ Kheo Ni Da Du Đà La phải cáng đáng thêm nhiệm vụ ngày đêm theo dõi để dỗ dành người con gái thất tình Ma Đăng Già này.

Và có thể còn vài việc nữa, kể ra không hết. Nhưng cuối cùng thì họa lại biến thành phúc. Ai ngờ, chính nàng Ma Đăng Già đã đắc quả trước cả ngài A Nan Đà. Thấy lạ không? Đó là đặc điểm trong giáo lý Phật Đà. Ai tinh tấn tu hành thì người đó chứng quả. Tất nhiên còn có vài yếu tố khác vây quanh: nghiệp lực, nhân duyên đời trước, sự phát nguyện, công phu... Bởi thế tôi không hề thắc mắc – chỉ khâm phục – khi tụng bài kệ trước khi vào Kinh Lăng Nghiêm: *"Nguyện kim đắc quả thành Bảo Vương..."* (Xin chỉ ghi mấy câu phần dịch nghĩa của bài kệ tụng này.)

Nguyện nay đắc quả thành Bảo vương,
Trở lại độ thoát chúng sanh nhiều như số cát sông Hằng.
Nguyện đem thân tâm này phụng sự vô số cõi,
Thế mới gọi là đền ơn chư Phật.
Cúi xin Đức Thế Tôn chứng minh cho con,
Trong đời ác ngũ trược con nguyện vào trước,
Nếu một chúng sanh chưa thành Phật,
Quyết không nơi đó tự mình chứng Niết Bàn
(...)

Thưa Tôn giả A Nan! Buổi sáng sớm, con đọc kệ, rồi con tụng Thần Chú. Có khi còn mơ ngủ, có khi tâm trí chạy đi đâu. Nhưng con luôn hiểu rằng, Tôn giả đang đứng đâu đó chờ, để cho con đi quá giang khúc sông về Bến Giác, như lời Ngài phát nguyện. Khi nghĩ vậy là con thấy yên lòng tụng tiếp, trước khi đi làm việc.

Tựu chung, những kẻ may mắn nhất là chính chúng ta. Chúng ta thừa hưởng một gia tài không phân biệt. Gia tài đó là: xóa đi, rửa sạch cuộc chiến phân biệt giai cấp vô lý trong con người. Đặc biệt là ở Ấn Độ thời ấy (và tiếc là vẫn còn vết tích đến cả thời nay) chỉ bằng mỗi bát nước ấy. Đức Phật thời ấy đã gặp phải bao nhiêu chống đối từ mọi phía khi Ngài thu nhận những con người trong giai cấp hạ tiện vào Tăng hay Ni chúng. Cái bát nước mà Mahatma Gandhi từng nói: "Các giai cấp xã hội là một vết nhơ nhục nhã trên trán của Ấn Độ." Cũng chính nhờ cái bát nước này, Tiến sĩ

Ambedkar (1891-1956) vào ngày 14 tháng 10 năm 1956 đã cùng 380.000 người của giai cấp hạ tiện "không được chạm tới" đã cùng nhau rửa sạch cho chính họ và cho bao nhiêu triệu người khác trong buổi lễ quy y Tam Bảo tập thể tại Ấn Độ.

Nhưng xin đừng quên, chỉ một bát nước thôi chưa đủ. Xin khoan, đừng nghe nói vậy rồi múc bát nước mà đi rửa giai cấp cho người Ấn, có khi mất mạng như chơi. Phải cần có thần lực chư Phật. Cần có câu thần chú này nữa. Thần chú ấy phải đọc mỗi ngày trong thời Công Phu Khuya.

Om! Anale Anale, Visada Visada, Bandha Bandha, Bandhani Bandhani, Vira Vajra-Pani Phat, Hum Bhrūm Phat Svāhā.

Án, a na lệ, tỳ xá đề, bệ ra bạc xà ra đà rị, bàn đà bàn đà nể, bạt xà ra bàn ni phấn, hổ hồng, đô lô ung phấn, ta bà ha.

Còn nếu như đọc thần chú mà vẫn không đủ mạnh thì chỉ còn có cách duy nhất quay về lo chuyện tự cứu mình trước, lửa đang cháy lớn! Khi công lực còn kém thì phải lo tự cứu mình trước, rồi mới cứu người được. *Ai có thân người ấy lo, ai có bò người ấy giữ* (tục ngữ).

Cũng xin nhấn mạnh: Thần chú này là để trừ ma, chứ không phải để cắt đứt những cuộc tình thơ mộng, những mối lương duyên cầm sắt trên đời. Người nào đang có ý định đi sắm cùng lúc hai, ba món quà cho ngày Valentine thì cần đọc ngay thần chú. Sắp nguy rồi! Thần chú này là để bảo vệ hạnh phúc gia đình. Tôi nói vậy vì có hôm vô tình đọc Facebook thấy có mấy bạn trẻ khuyên nhau không nên tụng, thậm chí không nghe Kinh Lăng Nghiêm vì nghe thì sẽ bị... ế. Nói vậy là nói nhảm, là tà kiến.

●●●

Cái lửa lòng kia, khi đã bén thì sẽ bộc phát dữ dội, sức cháy mạnh hơn cả trận cháy rừng Brasilien hay California. Không tin cứ hỏi Tôn giả Prakirti (sau khi chứng A La Hán) hay Bồ Tát Đại Trí Văn Thù Sư Lợi thì biết. Dễ sợ lắm?

Ở đó mà cứ ngồi gật gù than thở:

Thôi thì thôi đừng ngại mưa mau… Mây đầu sông thẫm tóc người cuối sông… [1]

---

[1] Thơ Phạm Thiên Thư: *“Đưa em tìm động hoa vàng”*, Phạm Duy phổ nhạc.

Du ký chiếc bình bát

Lạy trời mưa xuống, lấy nước tôi uống,
Lấy ruộng tôi cày, lấy đầy bát cơm...

(Ca dao tục ngữ)

Năm trước tôi đã được anh bạn Ấn Độ dắt đi bộ từ Khổ Hạnh Lâm về Bồ Đề Đạo Tràng, đi xuyên qua các thôn làng mà chỉ có "thổ địa" mới biết để đặt chân đến.[1]

Năm nay tôi cũng muốn làm một chuyến "thám hiểm" như thế ở các xóm chung quanh Bồ Đề Đạo Tràng này. Định bụng vậy nên

---

[1] Xin đọc thêm sách *Hạt Nắng Bồ Đề* (cùng tác giả), bài *Trên đỉnh Dungeshwari và Pico de Bandama suy niệm về con đường khổ hạnh.* NXB Lao Động, 2018, tr. 171.

khi vừa đặt chân đến Bồ Đề Đạo Tràng là tôi đã hẹn bạn rồi. Anh Naresh hứa sẽ dắt tôi đi theo các dấu chân của sa môn Gotama ngày xưa trong khu vực này. Anh rành rẽ mọi đường đi nước bước khu này, nơi anh sinh ra, lớn lên, đi học từ mẫu giáo đến đại học và bây giờ lập gia đình ở đây. Cũng như năm trước, năm nay tôi sẽ xin ghi lại một du ký, nhưng thêm phần hình ảnh về những bước chân này.

Dự định vậy nhưng chúng tôi chưa định chắc ngày nào. Bỗng dưng ngày hôm đó thấy khách thập phương từ đâu đổ đến khu Đại Tháp Bồ Đề dồn dập. Hỏi ra mới biết ngày mai là ngày bắt đầu Pháp hội của Ngài Dzongar Jamyang Khyentse Rinpoche, nên có chừng vài ngàn người trên khắp thế giới đổ xô về đây. Nghĩ, vậy là đông lắm, khó lòng tập trung tâm trí tu tập. Thôi mình nghỉ đi Đại Tháp một hôm, làm việc của mình. Tôi gọi điện thoại cho Naresh. Cũng may hôm đó anh ta rảnh việc. Vậy là hai chúng tôi lên đường.

Đó là một buổi trưa tháng 11 nắng gắt ở Bodh Gaya Ấn Độ.

Đã có ý riêng nên tôi tìm hỏi một Sư Cô ở Trung Tâm Viên Giác Bồ Đề Đạo Tràng mượn một chiếc bình bát. Vừa ôm bình bát ra, gặp mấy thầy ngồi hóng mát trong sân hỏi ngay: Bộ chú hết tiền nên muốn làm Sư giả kiếm chút cháo hay sao? Tôi gật đầu và chúng tôi cùng cười ồ lên. Xin mở ngoặc thưa thêm, năm nay ở khu vực Tháp số sư giả đông gấp đôi mấy năm trước. Những hôm có Pháp Hội lớn dễ chừng có đến 500 người. Họ là những người dân Ấn ăn mặc y phục giống các nhà sư và ôm bình bát đi quanh hay ngồi kế bên các Pháp Hội, để khi khách hành hương đến cúng dường thì họ thọ nhận. Nhưng nếu tôi mang bình bát ra ngồi đó thì chắc khách hành hương sẽ nhận ra ngay vì đến bây giờ các Fake Monks này chỉ là người Ấn thôi, chưa thấy người châu Á khác nào làm. Nhưng cũng không thắc mắc gì, tôi đâu muốn ôm bình bát nhận của cúng dường đâu. Còn sợ tổn phước nữa là khác.

Chúng tôi đi từ Trung Tâm Viên Giác đến bờ sông Ni Liên Thuyền. Do tiện đường nên chúng tôi đến ghé lại địa điểm ngày

Điểm xuất phát đầu tiên của chúng tôi: Sau khi nhận bát sữa cứu mạng của thôn nữ Sujata, Sa môn Gotama dừng chân tại túp lều của người Bà La Môn và ông ta dâng cúng bó cỏ Kusa để Ngài ngồi thiền. Đây là miếu thờ được dựng lên tại vị trí này.

xưa Sa môn Gotama đã dừng chân khi đi bộ trên đoạn đường từ Khổ Hạnh Lâm về phía dòng sông. Tại đây một người Bà La Môn đã dâng cúng Sa môn Gotama một bó cỏ kusa. Ngài đã thọ nhận để dùng đệm lót ngồi thiền.

Thật ra đoạn đường đi đúng là phải như thế này (như năm rồi tôi đã đi). Sa môn Gotama quyết định bỏ con đường khổ hạnh, Người rời Khổ Hạnh Lâm (núi Dungeshwari) rồi lần bước đến khu rừng gần ngôi làng Bakraur (tức làng Sujata ngày nay). Ngài đã kiệt sức và gục ngã ngay tại một gốc cổ thụ ở đây. Vô tình nàng mục nữ Sujata trên đường đi vào rừng dâng phẩm vật cúng Thần Cây, thấy có người râu tóc mọc dài nằm dưới gốc cây đã thoi thóp. Nàng Sujata tưởng đây là một vị Thần nên đổ sữa và cháo vào miệng Ngài. Dần dần Sa môn Gotama tỉnh lại. Ngài đứng dậy đi về phía dòng sông Ni Liên Thuyền tắm rửa sạch sẽ. Ngày nay tại địa điểm này, người dân lập một Miếu thờ gọi là Miếu Sujata để kỷ niệm.

Chúng tôi đi vòng đến miếu thờ Sujata.
Tại địa điểm này, ngày xưa nàng mục nữ Sujata mang thực phẩm vào rừng
để dâng cúng thần linh, nàng thấy có một sa môn nằm ngất dưới gốc cây
bèn dâng cúng sữa và thực phẩm cho Ngài. Chúng tôi cũng xin phép đặt
chiếc bình bát mà chúng tôi đã mượn lên án thờ của Ngài.

Sau đó Sa môn Gotama đi tiếp, đến ngồi dưới cội cây Ajapala (cây Bồ Đề) để thiền định. Cây Bồ Đề ấy là Cây Bồ Đề ở Tháp Đại Giác mà khách hành hương đến chiêm bái ngày hôm nay.

Chúng tôi, sau khi lễ bái tại Tháp Sujata cũng lần theo vết chân Gotama đi về hướng bờ sông. Đoạn đường làng rất ít người đi vì không có đường xe chạy.

Ngày xưa khu này là rừng rậm. Từng bước đi của Sa môn Gotama là bước đi trong rừng. Bây giờ chỉ là khoảnh đất khô cằn. Có nơi cỏ hoang cũng không mọc nổi.

Đoạn đường mòn hơn nửa cây số từ đền Sujata đến sông Ni Liên Thuyền này ít ai để ý đến. Đây là con đường ngày xưa sa môn Gotama thường đến rửa bình bát của mình sau mỗi lần thọ thực.

Ở một góc, chúng tôi thấy người dân cũng có trồng lúa, nhưng lúa rất èo uột. Đất khô cằn. Đặc biệt trên khoảng ruộng có một tháp nhỏ của người Tích Lan dựng lên để kỷ niệm nơi Thế Tôn ngày xưa có lần lui tới rửa bình bát hay tắm rửa. Chúng tôi cũng thỉnh bình bát đặt lên bệ thờ và cùng lễ bái. Tháp này có lẽ cũng ít ai đến viếng, vì lối vào là bờ ruộng, chỉ có thể đặt được một bàn chân thôi.

Chỉ có người Tích Lan thỉnh thoảng lui tới. Họ xây dựng ngôi đền nhỏ kế bờ sông (!) của ngày xưa (bây giờ là ruộng) để tưởng nhớ bước chân của Gotama.

Chúng tôi cũng thỉnh bình bát đến đặt kế "bờ sông", tưởng tượng rằng ngày xưa Sa môn Gotama cũng đến đây đặt bình bát xuống và xuống sông tắm rửa. Dòng sông bây giờ trông như sa mạc. Xa xa trước mặt là ngọn núi Khổ Hạnh Lâm.

Thật ra bây giờ số người làm ruộng ở Gaya còn rất ít. Thu hoạch mùa màng chẳng có là bao, nông dân không đủ sống. Bởi vậy ta cũng không lạ gì khi thấy nhiều sư giả. Dân làng chỉ có những người nghèo mới làm ruộng. Sau cơn nghèo đói đa số đã bỏ đi làm ăn những nơi khác. Số có ít vốn thì tìm cách mở các cửa hàng buôn bán với khách du lịch, hành hương hoặc phục vụ trong các dịch vụ khách sạn, ăn uống. Đó là chưa tính số ít làm các việc lường gạt hay đi ăn xin, lợi dụng tín tâm của khách hành hương. Đất đai vùng này trước đây tuy không phải là vùng đất thực sự màu mỡ, dân cư trù phú nhưng cũng không quá nghèo khổ, khô cằn như hôm nay. Những người quá nghèo khó không thể sống ở đâu được đành bám lấy mảnh đất này để sống. Họ phá rừng, đốn gỗ, khai thác tối đa thiên nhiên cho đến khi những khu rừng bao la biến thành bãi đất trơ trụi, hoang tàn, không còn gì để khai thác nữa. Mùa mưa đến không còn rừng cây để giữ nước, nước từ trời đổ xuống cuốn sạch đi lớp đất màu mỡ, chỉ còn trơ trọi lại lớp đá sỏi khô cằn. Nguồn nước dưới lòng đất đã cạn kiệt. Việc trồng trọt đã khó khăn lại càng khó khăn thêm bội phần.

Cho dù buổi trưa nắng cháy nhưng chúng tôi cũng nán lại để nghe câu chuyện anh Naresh kể. Thoáng những nét buồn trên mặt, anh kể rằng, nơi chúng tôi đặt chân đến đây, đang cùng đứng nói chuyện lúc ấy, xưa là rừng. Do rừng bao bọc và tích trữ nước dưới mạch nguồn nên sông Ni Liên Thuyền luôn đầy nước.

Không phải là sa mạc! Dòng sông Ni Liên. Bờ cỏ nơi đặt bình bát này ngày xưa là bờ sông. Phía xa đằng trước là Khổ Hạnh Lâm (núi Dungeshwari)

Đi dạo dọc khu vực xưa là bờ sông này, chúng tôi thấy lúa chỉ mọc èo uột trong những khoảnh ruộng nhỏ phía thấp, nơi có chút nước (hoặc độ ẩm cao hơn)

Chỉ mới đây thôi, 30 năm trước chính anh đã cùng cha mẹ và anh chị em đến đây chạy nhảy chơi đùa trong khu rừng này. Kế bên là dòng sông. Bây giờ tất cả là khu đất hoang tàn, cỏ dại cũng không thể ngóc đầu lên nổi. Cũng lâu lắm rồi anh không đặt chân đến đây. Hôm nay cùng tôi đến đây nên anh rất xúc động.

Rời bờ sông, chúng tôi đi dọc ngay "dòng sông... cát", với tâm trạng người đi trong sa mạc.

Điểm kế tiếp chúng tôi muốn đến là ngay địa điểm ngày xưa Sa môn Gotama đã thả bình bát xuống sông và phát lời đại nguyện.

Trong nhiều tài liệu lịch sử Phật Giáo có ghi lại rằng, sau khi thọ thực bát cháo sữa cúng dường, Sa môn Gotama đã đi đến dòng sông Ni Liên Thuyền, Ngài ném bình bát xuống giữa dòng sông và phát lời nguyện rằng: "Nếu ta thành đạo Bồ Đề, thì bình bát này sẽ trôi ngược nước sông." Lạ thay, bình bát trôi ngược dòng nước chảy một khoảng xa.

Sau đó, Sa môn Gotama quay trở lại cội cây cổ thụ Ajapala, lại dũng mãnh phát đại nguyện: "Nếu ta chưa thành đạo, dù thịt nát xương tan, quyết không rời cội cây này." Tinh cần thiền định trong suốt bốn mươi chín ngày đêm, một hôm vào rạng sáng khi sao Mai mọc, Ngài chứng nhập vào cảnh giới Bất Khả Tư Nghì, thành tựu Vô Thượng Chánh Đẳng Chánh Giác. Cội cây Ajapala ấy sau này được gọi là cây Bồ Đề, nghĩa là cây Giác Ngộ.

Hiện nay, con sông cái Phalgu của dòng sông Niranjana (Ni Liên Thuyền) chỉ có nước vào ba tháng 7, 8, 9 trong năm với một lưu lượng rất kém. Do lưu lượng yếu nên thường có nước xoáy ở các cồn cát bên dưới. Có chị bạn quen với chúng tôi còn kể tôi nghe câu chuyện vui rằng, có hôm mấy vị sinh viên đang du học ở Đại học Ma Kiệt Đà thuộc Bodh Gaya đã thả thử vật dụng gì đó (hình như là những chiếc lá) từ chiếc cầu giữa dòng sông thì thấy nó không

Tất cả khoảnh đất còn lại khô cháy, cỏ cũng mọc không nổi. Nơi đây ngày xưa là rừng. Anh Naresh rưng rưng nước mắt kể lại, chính anh đã cùng cha mẹ và anh chị em chạy chơi trốn kiếm trong khu rừng này, khi anh chừng 3,4 tuổi. Bây giờ chỉ là đồng hoang. Nói nghe lâu, cũng mới chỉ gần 30 năm trước.

chảy xuôi ngay theo dòng mà cũng chảy lòng vòng một lúc rồi mới xuôi theo dòng nước. Khi nước xoáy thì đúng là có hiện tượng chảy lòng vòng nhiều vòng. Nhưng nếu chảy lui một khoảng xa thì đúng là việc thần bí.

Tôi đem việc bình bát trôi ngược ra thảo luận với anh Naresh. Anh ta cũng tin điều đó là có thật. Các tài liệu Phật học cho rằng do lời phát nguyện của Sa môn Gotama đã cảm ứng Chư Thiên nên Chư Thiên dùng thần thông khiến bình bát trôi ngược dòng. Còn có lời giải thích rằng, khi Sa môn Gotama thả bình bát xuống, cùng lúc ấy lại có một con rắn nước đang bơi, để tránh dòng nước chảy mạnh, nó mới nấp dưới bình bát bơi lên, lại vô tình giúp bình bát trôi ngược dòng.

Ta có thể nhìn vấn đề này ở hai bình diện. Trên bình diện tôn giáo thì việc ấy là việc có thật. Trong bất cứ tôn giáo nào trên thế gian này cũng có phần huyền sử, huyền thoại. Kể cả lịch sử các tư tưởng Đông Tây cũng có nhiều thần thoại. Tôn giáo đòi hỏi một đức tin, nên tin hay không tin là tùy mỗi người. Trong Phật giáo có nhiều sự tích của đức Phật ghi rõ trong kinh điển để lại nhưng cũng có việc không ghi lại. Cá nhân tôi không biết chắc, cũng có thể mình chưa có điều kiện tìm hiểu thấu đáo các nguồn tài liệu.

Đứng về góc độ khác của câu chuyện. Khi một con người (tôi xin nhấn mạnh yếu tố con người nơi đức Phật) đã dụng cái hùng tâm đưa ra một lời thệ nguyện như thế thì có một sức mạnh tâm linh diệu kỳ thay đổi những chuyển động vật chất, vượt qua những suy đoán thường tình của con người. Lại nữa, lời nguyện *"Quyết ngồi dưới cội Ajapala tham thiền cho đến khi chứng quả, dù thịt nát xương tan"* là một lời phát nguyện vượt qua những suy luận của thế nhân. Thành ra, nếu mình nói cắc cớ, lúc đó bình bát lỡ dại không trôi ngược thì làm sao? Đức Phật sẽ không thành đạo hay sao? Hay nó chỉ chạy lòng vòng rồi trôi xuôi thì sao? Câu trả lời thật đơn giản: *"Thì vậy chứ sao. Thì Sa môn Gotama cũng quay về ngồi dưới gốc cây Ajapala, càng thêm tinh tấn thiền định, rồi cũng chiến thắng ma quân, chứng quả chánh đẳng chánh giác."* Với con người ấy không có con đường nào khác hơn, khi một lời nguyện đã được phát ra.

Vậy tôi đang làm chuyện tào lao với cái bình bát của tôi hay sao? Xin khoan kết luận vội, tôi xin kể tiếp.

Đi thêm dọc bờ sông vài cây số. Chỗ anh bạn Ấn Độ ôm bình bát trầm tư chính là nơi ngày xưa sa môn Gotama từng ôm bình bát đến và thả xuống giữa dòng Ni Liên Thuyền sau khi phát lời đại nguyện

Khi anh Naresh với tất cả lòng cung kính đặt bình bát xuống cát, nơi được xem như là giữa dòng sông lúc bình bát trôi ngược. Tôi thì đã nằm dài dưới cát nóng cầm sẵn máy ảnh để chụp hình. Tôi muốn chụp tấm hình phía trước là bình bát mà đằng sau có phông nền là hình ngôi Tháp Đại Giác Bồ Đề. Chăm chú nhìn vào ống kính, tôi giật mình tưởng mắt mình đang hoa. Hay do vì buổi trưa nắng Ấn Độ mà cát lại nóng quá nên tôi bị lóa mắt? Tôi đẩy máy ảnh qua bên và nhìn kỹ bình bát. Tôi đã nhìn thấy. Vâng, tôi thấy bình bát chuyển động trong vòng khoảng gần một phút. Có thể nào do cát lún nên bình bát "rục rịch" như vậy? Hay là một cái rùng mình của đất trời? Nhưng sao kéo dài cả phút. Trong tôi dấy lên một niềm rung động kỳ lạ. Naresh cũng thấy như tôi và đứng ngẩn người trố mắt nhìn. Có phải có bàn tay chư Thiên hay có con rắn chuyển mình làm bình bát chuyển mình trên cát?

Không, tôi nghe rất rõ: "hồn nước" đang nhẹ nhàng luân chuyển dưới nguồn sâu trong lòng cát nóng buổi chiều Ấn Độ.

Đứng trước một bãi cát như sa mạc rất khó lòng định hướng, không biết dòng nước và bình bát đã theo hướng nào, tôi đã nhờ

Anh Naresh đặt xuống ... cát (ngày xưa là nước). Bình bát bây giờ không trôi ngược trôi xuôi, mà chỉ trôi... nổi. Rồi "rùng mình" chuyển động trong một phút. Đằng sau xa xa phía bên trái là Đại tháp Bồ Đề, cách đó không xa. Bãi cát rộng này ngày xưa chính là sông (!) Ni Liên Thuyền.

anh Naresh vẽ sơ bộ họa đồ cho tôi như thế này để dễ định hướng hơn. Theo đó, nước chảy từ nam đến bắc (mặt qua trái trong hình dưới); trong khi bình bát trôi ngược từ Bắc tới nam (trái qua mặt).

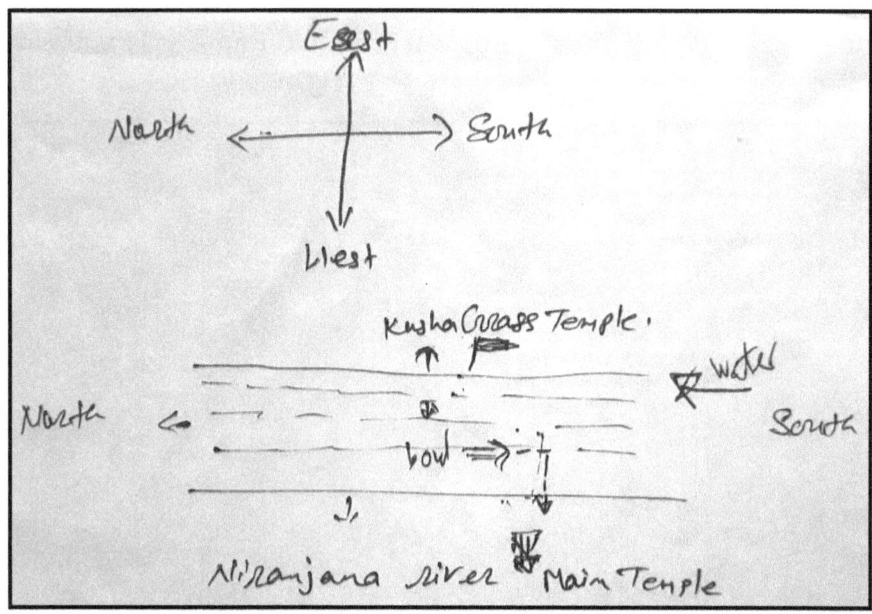

So sánh với bản đồ chính thức như sau:

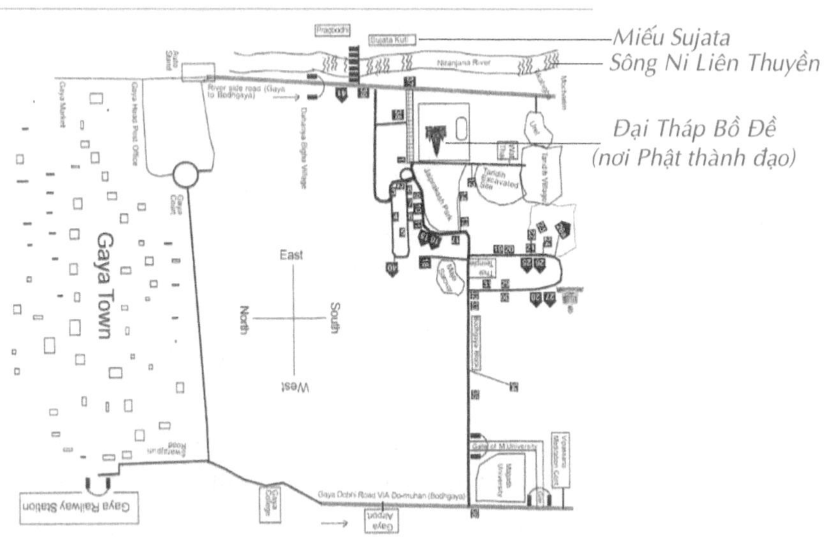

Nguồn: *https://thuvienhoasen.org/a8642/bo-de-dao-trang-qua-hinh-anh*

Hai chúng tôi đứng yên lặng tại địa điểm lịch sử này rất lâu, mỗi người đắm chìm trong suy nghĩ của mình. Sau đó mới cùng nhau chậm rãi ôm bình bát đi về hướng cây Ajapala ở Tháp Đại Giác. Chúng tôi thỉnh bình bát về khu vực tháp và kết thúc một chuyến đi: Ôm bình bát dõi theo bước chân Sa môn Gotama ngày xưa.

Cuối cùng chúng tôi cũng đã thỉnh Bình Bát về đến khu vực Đại Tháp Bồ Đề. Ở địa điểm này, sau suốt 7 tuần lễ thiền định, Sa môn Gotama đã đắc quả vô thượng chánh đẳng chánh giác.

Thực hay hư, tin hay không chuyện Bình Bát Trôi Ngược là nhận định của mỗi người. Nhưng nếu ai đặt câu hỏi này với tôi, thì tôi sẽ nói: tôi tin chứ. Thậm chí tôi còn tin rằng, nếu câu chuyện này là sáng tác của chư Tổ đời sau thì cũng chỉ là việc sách tấn hàng hậu thế, tự củng cố thêm một niềm tin vào chính sức mạnh của mình, nuôi dưỡng một đại nguyện. Đức Phật từng nói, chúng sanh là những vị Phật sẽ thành – nếu biết nỗ lực tu tập. Đó là tinh thần "tự giác, giác tha, giác hạnh viên mãn". Con đường đó phải tự chứng, tự thể nhập, không ai mang đến cho mình, không ai làm giúp cho mình được. Như sa môn Gotama ngày xưa, dũng mãnh lập hạnh quyết tìm đạo giải thoát cứu độ muôn loài chúng sanh.

Ta là Phật đã thành. Chúng sinh là Phật sẽ thành!

Hình bình bát trước Tháp Đại Giác uy nghi

Cụ Phan gọi trà

Lũ bé thấy ông, nghi bệnh rượu
Hóa ra nghiện nước, vậy mà say.

(Sào Nam: *Cười Mình*)

[1]

Khát Nước

Cụ Phan nói ở đây là cụ Sào Nam Phan Bội Châu, là một nhà yêu nước, đầy nghĩa khí và hết lòng tận tụy cho công cuộc giành độc lập của Việt Nam từ tay thực dân Pháp. Cụ đã thành lập phong trào Duy Tân (1904), chủ trương tôn quân và đấu tranh vũ trang đánh đổ đô hộ Pháp để khôi phục nền độc lập cho nước nhà. Cụ và các nhà ái quốc đồng thời suy tôn Kỳ Ngoại Hầu Cường Để làm minh chủ, khởi xướng phong trào Đông Du (1905), vận động người trong nước xuất dương qua Trung Hoa, Nhật Bản du học để thâu nhận kiến thức mới của nước ngoài về giúp nước nhà.

Rồi sau đó do có người phản và chỉ điểm nên cụ bị người Pháp bắt cóc ở Thượng Hải, mới đầu họ định thủ tiêu nhưng kế hoạch bại lộ nên giải cụ về nước và xử án tù chung thân. Trước phong trào đấu tranh bãi khóa, đình công, bãi thị của nhân dân cả nước đòi thả chí sĩ Phan Bội Châu, và nhờ sự can thiệp của Toàn quyền Varenne, cụ Phan được đưa về an trí tại Bến Ngự (Huế). Trong 15 năm bị giam lỏng cuối đời này - lúc bấy giờ được gọi là Ông Già Bến Ngự - cụ vẫn giữ trọn phẩm cách cao thượng, sáng tác văn thơ để kêu gọi tinh thần yêu nước.

Ngôi nhà cụ ở tại Huế khi xưa bây giờ vẫn còn lưu giữ, là Khu lưu niệm Danh nhân Phan Bội Châu nằm tại số 119 đường Phan Bội Châu, phường Trường An, Thành phố Huế.

Cũng trong thời gian ở đây, vào năm 1931 cụ Phan viết bài thơ "Gọi Trà" sau đây.

Gọi trà

Vì cớ sao mà khát nước hoài?
Trà đâu ta sẽ nếm mày chơi.
Chẳng Tàu thì Huế tha hồ thú,
Pha tục và tiên đặc bỏ đời.
Nóng nguội tình người năm bảy chén,
Lạt nồng mùi thế một vài hơi.
Trà ơi! Còn nước là vinh hạnh,
Cháy lưỡi khô môi, thảm những ai. [1]

Trà Tàu là loại trà hạng sang thời đó, trà Huế là trà bình dân ai cũng có thể mua uống được. Mới đọc bài thơ, tôi thoáng nghĩ, có thể thời gian này cụ Phan bị bệnh, hoặc bệnh tim hay bệnh tiểu đường. Do vậy nên cứ khát nước hoài. Nhưng càng đọc càng thấm ý của cụ. Trà ơi, còn nước là vinh hạnh. Cụ thương nước thương nòi, nhưng bấy giờ phải lâm tình cảnh bị giam lỏng, bó tay bó chân nên cụ cứ phải "khát nước hoài". Nước hiểu theo đầy đủ tất cả nghĩa. Một lối chơi chữ quá tài hoa: vừa là đất nước vừa là dòng nước mà cũng là dòng đời lênh đênh của cụ. Cái nào cũng quý và cái nào cũng đang lâm nạn. Mình chỉ nhận ra khi không còn có nữa.

Tâm sự đó cứ luôn canh cánh bên lòng, mấy năm sau (1937) cụ viết nên lời thắm thiết trong bài thơ Tự Trào:

---

[1] Nguồn: https://www.thivien.net (đọc 14.06.2019)

Tự trào

Râu mày trơ trẽn với non sông,
Thiệt phải mình chăng? Lòng hỏi lòng.
Sấm điếc gió câm trời đất trọi,
Muông qua chim lại tháng ngày chung.
Có đôi (ném) xác thịt, đôi không đặng,
Toan vớt đồng bào, vớt chẳng xong.
Biết nói cùng ai, cười với bóng,
Ông xanh xanh hõi thấu chăng ông?

Di tích ngôi nhà của cụ Phan Bội Châu lúc bị đưa đi an trí tại Huế
Nguồn: Bảo Tàng Lịch Sử Thừa Thiên Huế[1]

---

[1]https://pgvn.org/a_7u2qeb (Đọc ngày 14.06.2019)

[2]

Nhà Nho với Nhà ... Chùa

Về an trí ở Bến Ngự Huế, suốt ngày quanh quẩn trong căn nhà nhỏ cụ Phan đã sáng tác nhiều văn thơ kêu gọi, đánh thức lòng ái quốc của toàn dân. Nhưng trong con người đầy nhiệt huyết, luôn hoạt động, đã từng bôn ba bốn phương, từng lăn xả vào các sinh hoạt chính trị như vậy đâu thể nào một sớm một chiều ngồi rung đùi đọc sách viết văn được. Tuy cùng thời và cùng lý tưởng như cụ Phan Châu Trinh nhưng cụ Phan Bội Châu là người chủ trương dùng vũ lực chống thực dân Pháp, xây dựng chính thể quân chủ qua hình ảnh minh chủ Kỳ Ngoại Hầu Cường Để. Cũng xin mở ngoặc nói thêm ở đây: Kỳ Ngoại Hầu Cường Để là hoàng thân thuộc dòng dõi chính thống trong hoàng tộc, là con của Hàm Hóa Hương Công Tăng Du. Ông là cháu đích tôn năm đời của vua Gia Long, là cháu trực hệ của Hoàng tử Cảnh. Do Hoàng Tử Cảnh mất sớm, tổ phụ ông là Hoàng Tôn Đán bấy giờ còn nhỏ tuổi, ngôi vua truyền cho dòng thứ 2 là Hoàng Tử Đảm, tức Vua Minh Mạng. Các nhà ái quốc thời đó như các cụ Phan Đình Phùng, Phan Bội Châu... đã có kế hoạch lập lại ngôi vua, thay cho Vua Khải Định vì vị vua này hợp tác với thực dân Pháp.

Là nhà nho Cụ Sào Nam Phan Bội Châu từng soạn tác phẩm giá trị Khổng Học Đăng (bộ 2 cuốn). Nhà xuất bản Khai Trí đã nhận định về bộ sách này là: *"... Cụ Phan đã diễn giải tất cả những phần cốt yếu trong bộ Tứ Thư (gồm Luận ngữ, Đại học, Trung Dung, Mạnh Tử). Cụ trình bày mạch lạc kèm theo những thí dụ xác thực để người đọc có thể thấu đáo ý nghĩa trong lời nói của thánh hiền. Cụ lại đính chánh những chỗ chú giải sai lầm của các tiên nho, sai lầm vì kiến thức bất cập hay vì cố ý xuyên tạc (nhất là của giới Tống nho). Cụ biện luận rành rẽ, lại nêu ra nhiều chứng tích Đông, Tây, kim, cổ. Những câu trong sách cổ rất súc tích, chỉ thay đổi một dấu chấm câu, người ta có thể hiểu bằng nghĩa khác. Ngoài ra có những chữ có nhiều nghĩa, muốn hiểu cách nào tùy người đọc. Đấy là những điểm để cho các nhà phản nho lợi dụng xuyên tạc, và cũng là cớ để kẻ nông cạn hiểu lầm."*

Một năm sau khi về bị quản thúc tại Bến Ngự, nhân ngày giỗ đầu của cụ Phan Châu Trinh (3/1927), cụ Sào Nam viết mấy lời thắm thiết tưởng niệm như sau:

"Than ôi! Ông có thứ cho tôi chăng? Lúc ông [từ Nhật Bản] về nước [1906], tôi tiễn chân ông đến Hương Cảng, ông cầm tay tôi dặn mấy lời sau hết: 'Từ thế kỷ 19 về sau, các nước tranh nhau ngày càng dữ dội, cái tính mạng một nước, gửi trong tay một số người đông, chứ không thấy nước nào không có dân quyền mà khỏi mất nước bao giờ. Thế mà nay Bác lại còn dựng cờ quân chủ lên hay sao?' Ông nói thế, lúc bấy giờ tôi chưa có câu gì đáp lại, nay đã hơn 20 năm rồi, lời ông càng lâu, càng nghiệm. Tôi mới biết cái óc suy nghĩ cùng cái mắt xem xét của tôi thiệt không bằng ông! Phỏng ngày nay ông còn sống thì cầm cờ hướng đạo cho chúng ta, hẳn phải nhờ tay ông mới được. Than ôi! Ngày nay những kẻ cúng vái ông, kính mến ông, có phải là chỉ ngắm tượng ông, đọc văn ông góp nhặt năm ba câu làm bộ ái quốc, ái quần đầu miệng mà thôi ư? Phải biết rằng ông Hy Mã mà được danh tiếng lưu truyền với sử xanh là vì ông có chủ trương thiệt, tinh thần thiệt."

Vậy con người Nho Sĩ là cụ Sào Nam Phan Bội Châu đã làm gì những ngày ấy, những ngày bị quản thúc trong suốt 15 năm cuối đời ở Bến Ngự? Thưa, cụ Phan cũng đã làm như những nhà Nho khác từng làm: Nhà Nho tìm đến cửa Phật. Tôi nhớ rõ như in hình ảnh mà Giáo sư Cao Huy Thuần viết về cụ Hoàng Xuân Hãn ở Paris khi anh nhìn thấy cụ Hãn mỗi ngày đến chùa Trúc Lâm nghiên cứu kinh điển nhà Phật: *"Bác Hãn lên chùa là chuyện dĩ nhiên. Bởi vì nhà Nho nào rồi cũng lên chùa. Con người trong Khổng là con người cực động. Cực động thì phải tìm đến tĩnh. Như cái vụ quay tít đến một lúc thì sẽ đứng yên."*[1]

---

[1] Cao Huy Thuần: *Bác Hãn lên Chùa*, trong tác phẩm *Nắng và Hoa*. NXB Văn Hóa Văn Nghệ, 2013

Bây giờ tôi cũng nhìn thấy hình ảnh cụ Phan Sào Nam như vậy. Con người Khổng Nho ấy, lúc trẻ bôn ba khắp nơi, ở tuổi 60 (thời ấy tuổi đó cũng có thể gọi là đã già) lại đang bị giam lỏng trong căn nhà ba gian ở Huế, thì cụ tìm vui với giáo lý Phật Đà. Và cụ Sào Nam đã thường xuyên lui tới chùa thật. Cụ thường tìm đến Hòa Thượng chùa Tường Vân để hàn huyên, bàn chuyện văn thơ, chuyện thế sự và Phật pháp – vị ấy chính là cố Hòa Thượng Thích Tịnh Khiết, đệ nhất Tăng Thống GHPGVNTN. Hai con người uyên thâm Hán học ấy đã một thời là bạn tâm giao, chỉ khác: một người là Hòa Thượng một người là Nho Sĩ. Trong một dịp cụ Phan Sào Nam vào chùa vấn đạo, Hòa thượng đã biếu cụ một cây hoa ngọc lan. Sau đó, Phan tiên sinh mượn nét tinh khiết và hương thơm của hoa để viết tặng Hòa thượng một bài thơ, tán thán mật hạnh vô vi của Ngài. Bài thơ như sau: [1]

Nguyên văn chữ Hán:

前身種出自蓬萊
唯向菩提院裏栽
素萬光爭冬夜雪
奇芳品奪領頭梅
香真王者天垂賞
莊此嫦娥月暗猜
唯佛從來能識佛
慇勤惠我此花魁
巢南

Phiên âm:

Tiền thân chủng xuất tự Bồng Lai,
Duy hướng Bồ-đề viện lý tài.
Tố vạn quang tranh đông dạ tuyết,
Kỳ phương phẩm đoạt lãnh đầu mai.

---

[1] Văn Công Tuấn: *Thiền Môn Pháp Kệ* trong tác phẩm *"Cổ Thụ Lặng Bóng Soi"*, NXB Tôn Giáo, 2017

Hương chân vương giả thiên thùy thưởng,
Trang thử thường nga nguyệt ám sai.
Duy Phật tùng lai năng thức Phật,
Ân cần huệ ngã thử hoa khôi.

Sào Nam

Bản dịch của Hòa Thượng Chơn Thiện:

Thân trước vốn người tự cõi tiên
Sau vì trí giác đến rừng thiền,
Sắc màu đông tuyết còn thua thắm
Hương chất hoàng mai lại kém duyên.
Dáng vẻ triều vương trời ái mộ
Hằng nga trang tỉ nguyệt ưu phiền.
Phật duyên tương cảm nên tương ngộ
Cành ngọc lan trao tới cựu hiền.

Bản dịch của Nguyên Hồng:

Giống tự Bồng lai đến cõi này,
Bồ-đề viện nội trổ nên cây.
Sắc màu rực rỡ đêm đông tuyết,
Hương tỏa đầu non tựa lão mai.
Vương giả chân hương trời bủa xuống,
Hằng nga cốt cách nguyệt nhường ngôi.
Chỉ Phật mới hay thân Phật Tổ,
Ân cần trao gửi nhánh hoa tươi.

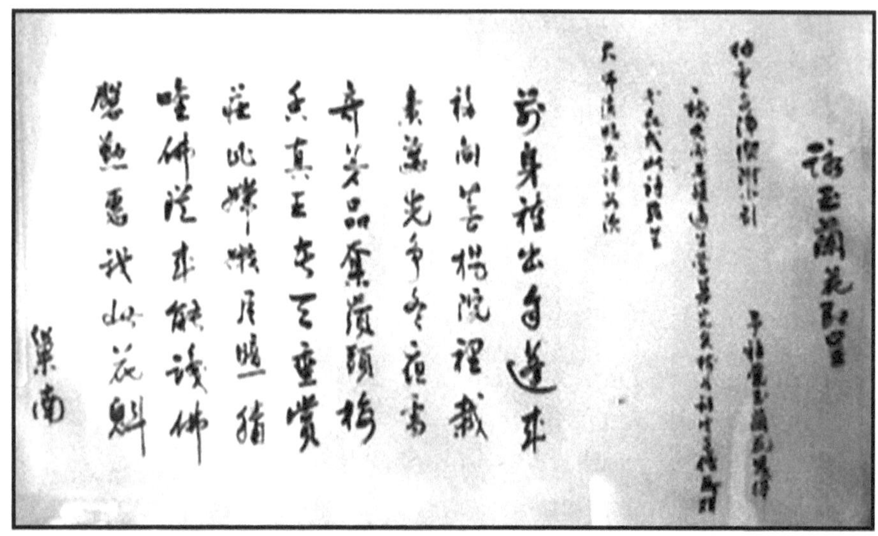

Hình chụp bài thơ của cụ Sào Nam Phan Bội Châu, mượn cành hoa ngọc lan tán thán mật hạnh của HT Thích Tịnh Khiết

Cụ Phan Bội Châu mất vào ngày 29.10.1940 ở tuổi 73. Bên cạnh nhiều tác phẩm giá trị như Việt Nam vong quốc sử, Hải ngoại huyết thư, Tân Việt Nam, Việt Nam quốc sử khảo v.v... cùng với những bộ sách biên khảo như Chu Dịch, Nhân Sinh Triết Học, Khổng Học Đăng, cụ còn để lại một tác phẩm Phật học có tên là Phật Học Đăng và gần ngàn bài thơ nôm, phú, văn tế. Tiếc là tác phẩm Phật Học Đăng nay không còn tìm thấy nữa. Tư tưởng Phật học của cụ giai đoạn sau này cũng thể hiện rõ nét qua câu đối mà cụ đã tặng Chùa Từ Đàm ở Huế.

Nghiệp duyên bình hiệp, niên niên bạch phát thôi, đối diện tức không, ninh bả thiều hoa phó lưu thủy.

Thế sự kỳ phân, xứ xứ hoàng lưu mộng, hồi đầu thị ngạn, nguyện phiên bối diệp xuất ưu đàm.

Nghĩa:

Nghiệp duyên như bèo hợp, năm năm tóc bạc đầu, trước mặt là không, sao nỡ đem tuổi xuân quăng theo dòng nước chảy.

Thế sự rối bàn cờ, nơi nơi kê vàng mộng, quay đầu là bến, nguyện dịch kinh lá bối tỏa ngát hương ưu-đàm.[1]

Nho gia hiểu Phật học thâm thúy như thế thì quả là đạt đến mức cao siêu: *"đối diện tức không"*, rồi *"hồi đầu thị ngạn"*.

Kể từ đó không còn nghe cụ Phan than khát nước nữa!

---

[1] https://vi.wikiquote.org/wiki/ (đọc 25.05.2019)

Đáy Nước
của ông Thales

Ngoảnh lại trước, người xưa vắng vẻ
Trông về sau, quạnh quẽ người sau [1]

(Trần Tử Ngang)

[1]

Thales xứ Milet của Hy Lạp đi đo Kim Tự Tháp Ai Cập

Nói chuyện NƯỚC thì không thể không nhắc đến tên của một người: Thales xứ Milet. Ông này lạ và tài lắm.

Thales xứ Milet sinh vào khoảng năm 624 (hoặc 625) và mất vào năm 546 trước Công nguyên Điều này cũng phù hợp với luận cứ rằng, ông Thales ra đời trước ông Socrates (sinh năm 469, mất năm 399 trước công nguyên). Ông Thales xứ Milet chào đời ở Milet xưa thuộc về Hy Lạp – bây giờ Milet là địa phận Thổ Nhĩ Kỳ.

Ta biết ông Thales xứ Milet là một triết gia, nhà toán học, nhà thiên văn học, đạo đức, siêu hình. Ông cũng được xem là triết gia đầu tiên trong nền triết học Hy Lạp cổ đại, người đứng đầu trong bảy hiền triết của Hy Lạp và là "cha đẻ của khoa học". Trong một chiến dịch chống lại Ba Tư, ông đã giải đáp được bài toán chiến lược nan giải để giúp quân đội của vua Lydia băng qua dòng sông lớn Halys bằng cách đào một đường hầm để làm thay đổi dòng chảy của một khúc sông. Nhờ đó con sông được chia thành hai nhánh nhỏ hơn để có thể bắc cầu qua được.

---

[1] *Tiền bất kiến cổ nhân, hậu bất kiến lai giả.* Thơ Trần Tử Ngang, Trần Trọng San dịch.

Ai học toán hình học cũng đều biết định lý Thales. Ở Việt Nam bây giờ gọi là định lý Talet trong chương trình học lớp 8 bậc trung học. Định lý ấy tóm lược như sau đây.

Định lý Thales thuận: *Có một đường thẳng cắt hai cạnh của một tam giác và song song với cạnh còn lại thì sẽ xuất hiện những cặp đoạn thẳng tỉ lệ trên hai cạnh được cắt đó.*

Định lý Thales đảo: *Định lý Thales đảo được phát biểu như sau: Khi xuất hiện một cặp cạnh tỷ lệ trên hai cạnh của một tam giác thì sẽ xuất hiện trên hai cạnh đó một đường thẳng song song với cạnh còn lại.*

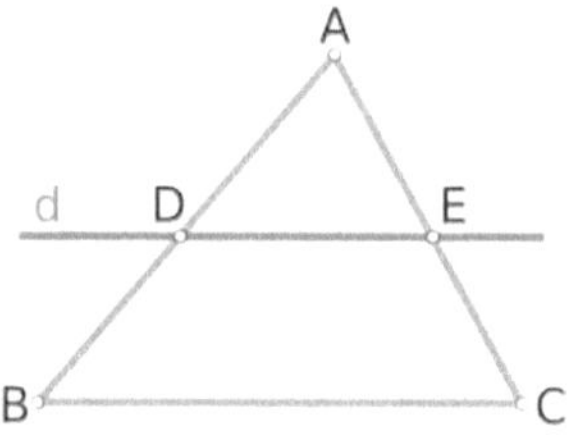

Nguồn hình: Internet

Định lý Thales được ứng dụng rất nhiều vào thực tiễn. Đơn giản nhất là công việc đo đạc kích thước của một vật rộng lớn mà con người không thể đo trực tiếp. Không cần sang sông mà vẫn có thể đo khoảng cách giữa 2 bờ sông (1). Dùng mặt trời và định lý Thales để đo chiều cao vật (2). [1]

Ứng dụng (2) này làm Thales nổi tiếng mấy ngàn năm nay qua giai thoại đo chiều cao Kim Tự Tháp Ai Cập. Giai thoại ấy như sau.

Quốc vương xứ Ai Cập thời đó hãnh diện về Kim Tự Tháp của mình, một công trình cao nhất hành tinh thời ấy. Nhưng ai hỏi là Kim Tự Tháp cao bao nhiêu thì cả vua và quần thần ai cũng... nói cà lăm. Mỗi người nói lên một con số. Thử tưởng tượng, 2.600 năm trước đâu có những phương tiện gì để đo đạt như hôm nay.

---

[1] https://pgvn.org/q_q95xvr

Vua đã cho người bò lên đến đỉnh tháp nhưng cũng không xác định được chiều cao vì tháp cả bốn mặt đều có độ nghiêng. Nhân nghe tiếng nhà toán học Thales xứ Milet nên vua cho người đi thỉnh cầu ông làm giúp việc ấy. Ông Thales nhận lời. Ông khăn gói đến Ai Cập và được Vua cũng như triều đình tiếp đón long trọng. Rồi Thales hẹn ngay hôm sau sẽ tiến hành công cuộc đo đạc này. Mọi người ai cũng chờ đợi. Tin đồn đi nhanh hơn gió, dân chúng khắp nơi ai cũng tò mò để xem cách đo đạc như thế nào.

Khi đến hẹn, người ta thấy ông Thales chỉ đến một mình mà không có tùy tùng, thợ thầy gì cả. Cũng không thấy mang theo dây nhợ hay thang để leo lên Kim Tự Tháp. Dụng cụ mang theo của ông Thales chỉ vỏn vẹn một cái cọc và cây thước. Mọi người tỏ vẻ thất vọng, nghĩ rằng ông ta chỉ là kẻ đại ngôn hay bọn phù thủy lường gạt mắt người dân. Nhà vua và quần thần thì yên lặng xem ông ta làm gì để kịp ứng phó.

Mặc họ, ông thản nhiên cắm cọc xuống đất như hình vẽ bên dưới rồi lần lượt đo chiều cao của cái cọc, bóng của cái cọc và bóng của Kim Tự Tháp. Ông dùng thước đo chính xác các khoảng cách x_2, y_1, y_2 như trong hình dưới. Đến đây thì chắc độc giả đã đoán được cách ông Thales tính chiều cao x_1 của Kim Tự Tháp ra sao rồi.

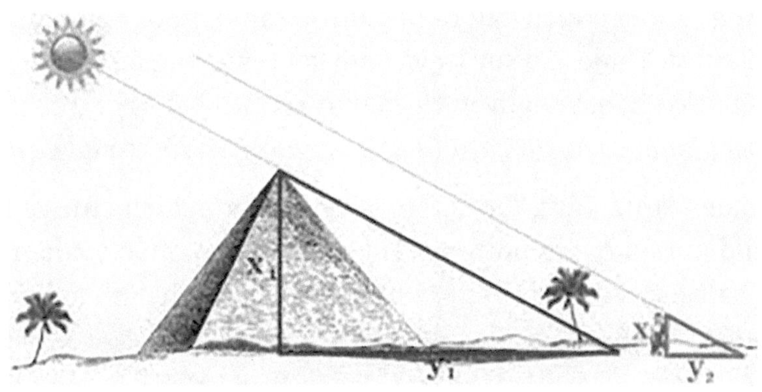

Nguồn hình: Internet

Từ hai hình tam giác đồng dạng, ta sẽ có phương trình:

$$\frac{x1}{x2} = \frac{y1}{y2}$$. Từ đó suy ra: $$x1 = \frac{x2 * y1}{y2}$$

X1 chính là chiều cao của Kim Tự Tháp Ai Cập.

Đọc chuyện của Thales xứ Milet thật hấp dẫn. Nói chuyện toán học mà nghe như Tây Du Ký. Cũng còn có nhiều giai thoại khác về ông nữa nhưng mục đích chính của tôi là muốn nói về một chuyện khác sau đây.

[2]

Tìm đâu cái "Chân Không, Diệu Hữu" trong Toán Học?

Tuy nhiên, điều tôi thực sự quan tâm về ông Thales chính là ở dưới đây chứ không phải là chuyện đo đạc.

Như chúng ta biết, thời ấy không những người Hy Lạp mà cả Tây phương đều tin rằng mọi hiện tượng trong thiên nhiên, kể cả sự sáng tạo vũ trụ đều là kết quả hành động tùy thương ghét, cảm hứng của thần linh. *"Mọi sự vật đều chứa đầy thần thánh"* như Thales từng nói. Tất cả mọi triết gia, nhà thần học đều tin như vậy. Thậm chí họ còn cho rằng, thế gian này được tạo ra bởi một *"Đấng Tạo Hóa"*, mọi sự kiện xảy ra đều được sắp đặt bởi các đấng thần linh. Vậy mà Thales đã suy tư và dám kết luận rằng nước là nguyên lý, là chất cơ bản, là nguyên tố của tất cả: *"Không có gì có thể xuất phát từ không có gì, tất cả xuất phát từ nước và rồi trở lại về nước."*

Thales xứng đáng được tôn xưng là nhà nghiên cứu về thiên nhiên đầu tiên ở Tây phương. Tuy nhiên, theo thiển ý, nhận định của Thales *"Tất cả xuất phát từ nước"* là một nhận định mới mà cũ. Tại sao?

Mới vì, lời tuyên bố của Thales xác quyết rằng sự vật, rằng các sự kiện xảy ra không phải xuất phát từ những cảm hứng của các đấng thần linh mà do tác động của vật chất. Và cái nguyên tố vật chất ấy – một vật thể - theo ông là nước, xuất phát từ nước, sau đó rồi lại quay về nước. Mới quá đi chứ! Chỉ một sớm một chiều, ở trong thời điểm khoảng 600 năm trước Công nguyên mà có người dám nói không có bàn tay Thánh Thần trong số mệnh con người và vũ trụ.

Cũ vì, cho dù ông Thales đã đưa yếu tố vật chất vào suy tư triết học, nhưng cũng như tất cả những triết gia, nhà siêu hình Tây Phương khác, ông vẫn bám vào tư tưởng một cái *"có"*, một cái *"hiện hữu"*. Mãi cho đến thời đại hôm nay ở Tây phương vẫn còn như vậy. Nền triết học Tây Phương đặt nền tảng theo Thần quyền (Thượng Đế), nên tất cả những gì đi ngược lại hệ thống suy tưởng này đều bị chống đối, những người có quan điểm khác có khi bị trừng phạt nặng nề, ví dụ trường hợp bác học Galileo Galilei ở thế kỷ thứ 16.

[Duy chỉ có một ngoại lệ, đến đầu thế kỷ 21 này, nhà vật lý học đại tài người Anh là Stephen Hawking (1942-2018) mới dám tuyên bố rằng, nguyên thủy của vũ trụ là KHÔNG và không phải do Thượng Đế tạo ra. Nhân loại phải chờ đến thế kỷ thứ 21 mới có nhà khoa học Tây phương dám nói như thế.]

Cũng ngay trong thời điểm của Thales, ngay vào năm 624 trước công nguyên, ở miền thung lũng sông Hằng có một con người trí tuệ vừa ra đời: Thái tử Tất Đạt Đa, con vua Tịnh Phạn và hoàng hậu Ma Gia. Năm 29 tuổi Thái tử rời hoàng cung đi tìm đạo và năm 35 tuổi ngài đắc quả Chánh Đẳng Chánh Giác. Sự kiện hai tư tưởng gia này ra đời trong cùng một năm là một điều thật thú vị. Tôi không nghĩ rằng (và cũng không có tài liệu nào nói vậy) hai bậc hiền tài đã có lúc gặp nhau để hàn huyên. Nhưng cũng trong thời gian ấy, đức Phật cũng đi du hóa trên các vùng đồng bằng thung lũng sông Hằng và giảng dạy về lý duyên khởi, về "có, không" – sắc tức thị không không tức thị sắc.

Một bên nói có, hiện hữu là nước và trở về nước. Một bên nói, có mà không, không mà có – có tức là không, không tức là có. Đây là cuộc đối thoại Đông-Tây. Và đây cũng là điểm căn bản về những nét mâu thuẫn giữa Đông phương và Tây phương.

Ông Thales dù tài tình cách mấy không thể bước qua khỏi lằn ranh tầm nhìn của tư tưởng Tây phương được, là cái "Có". Ở Đông phương có người cùng thời ông dám nói đến cái "Không". Nhưng công tâm mà nói cái KHÔNG này cũng đã bao trùm lên trên nhiều nền triết lý của phương Đông. Chỉ có điểm đặc biệt trong giáo lý của Đức Cồ Đàm Gotama là "Vô Ngã". Cả cái "Ta" cũng không. Vũ trụ là không thì tôi cũng không. Giáo lý này là cái nền cho giáo lý Phật giáo. Giáo lý này đã một thời gây chấn động và khó lòng được chấp nhận trong xã hội Đông phương nói chung và Ấn Độ thời đó nói riêng. Một xã hội đặt căn bản trên tương quan giữa Đại Ngã và Tiểu Ngã.

Giờ tôi xin phép đi sâu thêm vào một góc độ khác: Xin nói thêm về việc Có và Không này trên nhãn quan toán học. Bởi triết học thì mông lung quá, kẻ lý luận này, người luận lý nọ. Toán học vốn rõ ràng hơn - đối với cái đầu của người bình thường - như một với một là hai.

Rất ít người trong chúng ta, kể cả đến thời điểm hôm nay, có thể hình dung được những sự kiện có ý nghĩa to lớn trong lịch sử nền toán học thế giới này:

a. Con số "zero"

"Trong thế giới toán học, chân không có dạng chính là số 0 (zero). Từ "zero" có nguồn gốc từ Ấn Độ là sunya nghĩa là "trống rỗng" hay "hư vô". Dịch theo nghĩa đen, sunya sẽ thành sifr tiếng Ả Rập (cũng có nghĩa là "trống rỗng") và thành zephirum theo tiếng Latin, đó chính là từ đã cho ra đời từ "zero".[1]

---

[1] Trịnh Xuân Thuận. Phạm Văn Thiều và Phạm Việt Hưng dịch: *Sự Đầy của cái Không - La Plesnitude du Vide*. NXB Trẻ, 2018 (tr.20)

Từ khi cắp sách đến trường, biết học toán của nhà trường mình cứ nghĩ toàn bộ hệ thống toán học học đường xuất phát từ nền văn minh Hy Lạp – La Mã. Điều ấy không đúng hẳn. Đó là kết quả tổng hợp kiến thức từ nhiều nền văn hóa của nhân loại.

b. Số zero chỉ mới chào đời vào thế kỷ 5

Từ khi con người bắt đầu có ý niệm tư hữu là đã có ngay những cuộc trao đổi hàng hóa, dù chỉ là củ khoai trái bắp. Con người phải có cách ghi chú hàng hóa đổi chác, tồn kho, hay để đếm các đàn gia súc. Các nhà khảo cổ đã tìm thấy những vết gạch trên đá của người tiền sử. Dần dần cũng có những cách ghi chú khác tùy theo các hệ thống khác nhau, ví dụ như qua các ngón trên bàn tay, nhưng chưa có hệ thống mười số. Xưa nhất là ở Ấn Độ, người ta đã thấy các số 1 đến 9 ngay trước Công nguyên. Nhưng phải chờ đến thế kỷ 5 mới có con số zero. Đây là con số quyết định hàng đầu trong hệ thống toán học. Từ đấy toán học mới có hệ thống thập phân mà chúng ta sử dụng mãi cho đến ngày hôm nay.

"Cái Không thể hiện trong thế giới toán học qua số không. Có một điều bí ẩn về vấn đề này đó là: tại sao số không không sinh ra ở phương Tây, bất chấp những tiến bộ to lớn trong toán học của người Hy Lạp, mà lại sinh ra ở phương Đông? Tại sao số không lại gây ra sự sợ hãi đến như vậy trong tư tưởng phương Tây, trong khi lại được chào đón với vòng tay rộng mở bởi tư tưởng phương Đông? Tại sao lại phải chờ đến tận thế kỷ thứ 5, các thiên tài toán học Ấn Độ cuối cùng mới trả cho số không vị trí của một con số đích thực?" (sđd. tr.8).

c. Hệ thống Algorithmus đã có nguồn gốc từ Ấn Độ

Ta cũng không thể hình dung được, người được xem là thủy tổ của Toán học Đại Số (algorithmus) là nhà toán học Ả Rập, gốc Ba Tư Muhammad ibn Musa al-Khwarizmi (khoảng 780-850) chính là người đầu tiên mang con số "zero" từ Ấn Độ sang Tây Phương. Từ khi có số "zero" thì Toán Đại Số (Algorithmus) mới thành hình.

Xin nói rõ, không phải ông al-Khwarizmi phát minh ra số zero mà là ông tìm được trong sách của Ấn Độ con số này và cả hệ thống thập phân, đặt nền tảng cho hệ thống toán đại số. Ông ta chỉ tìm hiểu và công bố các kiến thức ấy ra.

Thời kỳ này là thời kỳ đế quốc Hy Lạp phải nhường bước cho đế quốc Ả Rập. Bắt đầu từ năm 751 lãnh thổ đế quốc Ả Rập đã vô cùng hùng mạnh, trải dài trên một diện tích rộng lớn từ Tây Ban Nha cho đến Ấn Độ. Vào năm 773 người Ấn Độ mới đệ trình tới Bagdad hệ thống tính toán và các con số của họ. Theo đó, nhà toán học Ả Rập Muhammad ibn Musa al-Khwarizmi học theo cách tính toán này và viết một cuốn sách nổi tiếng mang tên *"Sách về phép Cộng và Trừ theo tính cách của người Ấn Độ - kitāb al-ḥisāb al-hindī"*.[1]

Sau đó, tên của ông, Al-Chwarizmi được viết lại theo tiếng La tinh là Algoritmi. Do vậy bây giờ ta mới có chữ Algorithmus, tức đại số học. Sự kiện này không biết vô tình hay hữu ý mà không được nhắc đến. Kể cả cuốn sách của ông Al-Chwarizmi bằng tiếng Ả Rập giờ cũng đã biến mất. May mắn là bản tiếng La tinh hiện nay còn lưu giữ tại nhiều thư viện trên thế giới.

Nhà Thiên văn học Trịnh Xuân Thuận đã viết:

"Theo thời gian, nguồn gốc Ấn của hệ đếm có số không đã phai mờ trong trí nhớ của mọi người. Các chữ số Ấn Độ dần dần trở thành cái gọi là chữ số Ả Rập. Thế nhưng cần phải trả lại cho người Ấn những gì của họ: một hệ đếm theo vị trí tuyệt vời chỉ dựa trên 10 chữ số: 0, 1, 2, 3, 4, 5, 6, 7, 8, 9, có thể biểu diễn mọi con số, điều này đã cho phép xóa bỏ khoảng cách giữa cách viết và tính toán."[2]

---

[1] **Kitāb al-ḥisāb al-hindī** (*Book on computation with Indian numerals*). Bản tiếng Ả Rập ngày nay đã bị thất lạc, chỉ còn bản dịch tiếng La Tinh tên là Algoritmi de numero Indorum ("Al-Chwarizmi über die indischen Zahlen", Rom 1857). Nguồn: https://de.wikipedia.org/wiki/Al-Chwarizmi

[2] Trịnh Xuân Thuận, sách đã dẫn.

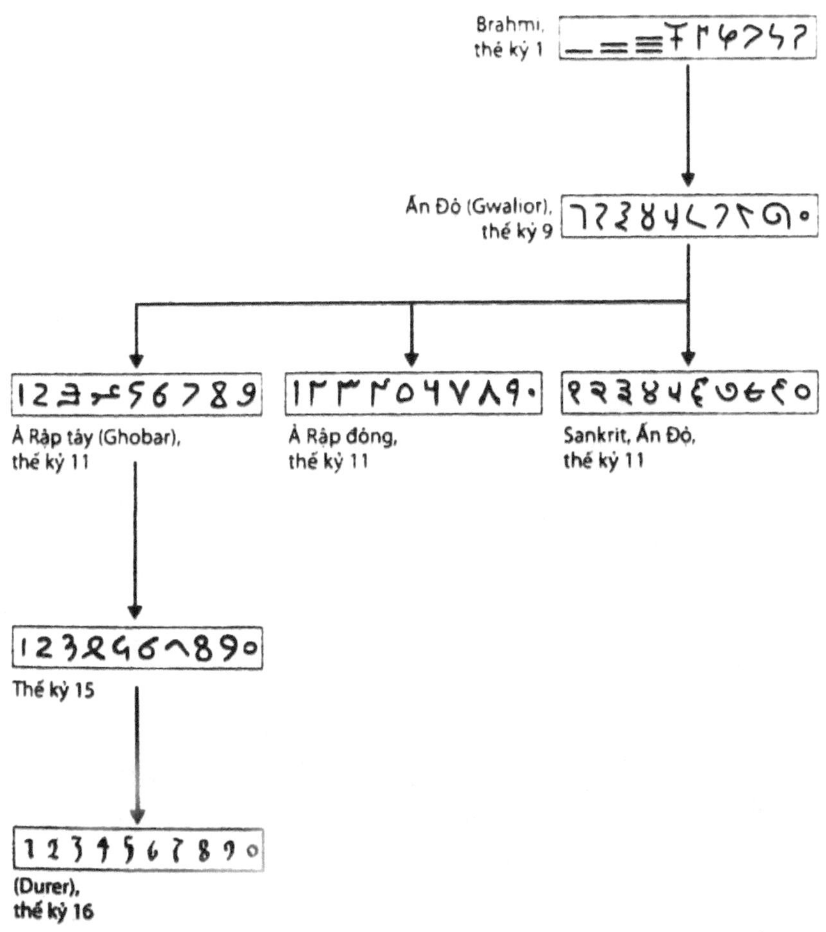

Sự tiến hóa chữ số Ấn Độ theo thời gian (Nguồn: Sđd tr.41)

Kể từ thời điểm Al-Chwarizmi công bố cuốn sách này, toán học mới có đủ bốn phép tính: cộng, trừ, nhân, chia và hệ thống thập phân theo kiểu của người Ấn Độ như chúng ta thấy ngày hôm nay. Chúng ta thử tưởng tượng, trong cái ngày ấy các hệ thống ngân hàng, các cơ xưởng đã vui mừng như thế nào khi hệ thống này thành hình.

Một lần nữa nhìn về quá khứ. Căn cứ vào các công trình đào bới khảo cổ ta biết rằng người thượng cổ đầu tiên chỉ biết đếm một và nhiều (1 và >1). Dần dần phát triển một số hệ thống đếm và tính toán khác nhau. Có hệ thống 3 đơn vị, có hệ thống 5 đơn vị v.v... Trong đó có cả hệ thống 60 đơn vị mà ta còn dùng đến hôm nay, đó là các đơn vị đồng hồ. Hiện nay còn 2 hệ thống phổ biến là hệ thống theo chữ La Mã dựa theo mẫu tự (I, II, III, IV...) và hệ thống Ả Rập theo 10 con số từ 0 đến 9. Hệ thống thập phân với các số Ả Rập còn mang đặc điểm là rất hữu lý khi viết số: các số có trị càng lớn số sẽ càng dài hơn. Ví dụ số 10 sẽ phải ngắn hơn số 1000 (vì 1000 lớn hơn 10 nên có 4 ký hiệu, số 10 chỉ có 2). Trong khi hệ thống số viết bằng ký hiệu chữ không được như vậy, ví dụ số 18 = XVIII (5 ký hiệu) viết dài hơn số 1005 = MV (2 ký hiệu).

Một câu hỏi đặt ra cho chúng ta tại đây ngay bây giờ là, tại sao Tây phương sợ số không? Nhà khoa học, thiên văn học Trịnh Xuân Thuận trả lời giúp chúng ta:

"Câu trả lời có lẽ nằm trong nỗi sợ hãi siêu hình đối với con số này. Đối với các nhà toán học Hy Lạp, ngay ý tưởng về số không đã bị ghét cay ghét đắng, bởi vì làm thế nào "không có gì" lại có thể là "cái gì đó" chứ? Đầu tiên số không khơi dậy trong họ ý tưởng về sự khởi đầu của vũ trụ, tức là sự trống rỗng và hỗn độn nguyên thủy, và điều này đã gây ra nỗi khiếp sợ." (Sđd. tr.32).

d. Triết lý các phép toán với số Zéro (hay Nghĩa lý Chân không)

Như vậy con số 0 (zero) thật vô cùng quan trọng, có thể nói là quan trọng bậc nhất. Không những nó đã khơi mào cho một hệ thống toán học là các phép tính số, mà còn hàm chứa một triết lý siêu việt. Nó mở ra một số nhận định mới.

- Tây phương hiểu (qua định đề Archimedes) rằng cộng một số với chính nó thì sẽ tăng lên. Ví dụ 2 + 2 = 4; 4 + 4 = 8. Do vậy, buổi đầu Tây phương sợ hãi số không vì nó sẽ làm đảo lộn mọi tư duy của họ: Một số cộng với số không thì vẫn là số đó. Ví dụ: 2 + 0 = 2. Đây là một phủ định, từ chối làm thay đổi con số trong phép cộng. Phép trừ cũng tương tự như vậy.

- Nếu ta lấy một con số nhân lên (do tham lam) với số không thì kết quả sẽ thành không. Ví dụ: 999 x 0 = 0

- Trong phép chia với số không sẽ dẫn tới vô cùng (vô cực). Ví dụ 999/0 = ∞

- Nếu đem chia một số, dù lớn bao nhiêu cho vô cực thì sẽ thành không. Ví dụ: 999/ ∞ = 0

Giáo sư Trịnh Xuân Thuận nói thêm: Khái niệm zero ngày nay đã rất quen thuộc với chúng ta, tuy nhiên không phải luôn là như thế. Từ lâu, đối với một số xã hội cổ xưa ở phương Tây, nó thể hiện một ý niệm nguy hiểm và đáng sợ, có thể làm phương hại đến cấu trúc của suy luận logic và do đó có thể làm lung lay chính các nền tảng của cả xã hội. (sđd)

[3]

Chỉ có nước thôi sao?

Khi Thales nói tất cả xuất phát từ nước và rồi trở lại về nước chắc hẳn ông đã nghĩ về một trạng thái hiện hữu rồi sẽ quay về hiện hữu, vật chất quay về vật chất, hữu thể quay về hữu thể. Khái niệm này hoàn toàn khác với ý niệm chân không, diệu hữu trong Phật Giáo. Nó cũng hoàn toàn khác với quan điểm âm và dương (hay số 0 và số 1) trong triết học Á Đông. Phật Giáo hiểu chân không là thể mà diệu hữu là dụng. Thể và dụng đồng thời hiện hữu, không thể phân chia. Thuật ngữ nhà Phật gọi là "tự tánh bất nhị".

Chỉ vào cái bàn, cái ghế tôi đang ngồi đây, tôi tìm đến hỏi triết gia Thales thì tiên sinh nói: "Nếu không cái "Có" thì làm sao có mặt cái bàn, cái ghế này cho anh bạn ngồi, sao hỏi lôi thôi – chẳng lẽ anh đang ngồi trên không khí với cái Laptop cũng đang bay lơ lửng hay sao?"

Tôi tìm đến hỏi Ngài Long Thọ thì Bồ Tát bảo tôi: "Không" là nguồn gốc của muôn vật.

Nhất thiết hữu vi pháp,
Như mộng, huyễn, bào, ảnh,
Như lộ diệc như điển,
Ưng tác như thị quán.
Tất cả pháp hữu vi,
Như mộng, huyễn, bọt, bóng,
Như sương, như chớp loé,
Hãy quán chiếu như thế.
(Kinh Kim Cang)

Nói thật, trí óc tôi, vốn đã lờ mờ thì bây giờ lại thêm lơ mơ. Nhưng, tôi nghe ra hình như có tiếng nước reo vui chảy róc rách trong từng tế bào thần kinh hệ. Tiếng dòng suối nước nối liền Đông-Tây, Âu-Á.

Lại xin hỏi thêm: Thế gian này có nhà toán học nào lập nổi một phương trình để giải bài toán: *Có bao nhiêu hạt cát ở sông Hằng* không? Vì đọc kinh Phật cứ nhắc hoài chữ "Hằng Hà Sa". Cát sông Hằng nằm ì đó mà còn không biết được huống chi là nước, nước đi nước về. Khó lắm, vì nước có khi là chất lỏng nhưng có khi biến đổi sang băng đá, mây, mưa...

Tóm lại, cái con số KHÔNG to tướng đã đứng sừng sững đó từ khi có sự sống, nhưng mãi đến thế kỷ 5 con người ta mới thấy (ngộ) ra đó thôi. Ngày xưa người thượng cổ đã biết đếm con số lớn hơn số 1 (n>1). Bây giờ ta thử tập đếm các số lớn hơn số không (n>0) của cuộc đời này đi (xin lưu ý: n>0; không phải n>1).

Rồi, giống như khi xưa trong trường học làm toán chạy,[1] nếu có người giải giúp được bài toán hóc búa trên xong thì xin giải giúp bài toán khó hơn: Có số nào là số nhỏ hơn số không (n<0) không?

Một lần nữa lại phải ngồi xuống lật trang Kinh Kim Cang ra đọc: *Như mộng, huyễn, bọt, bóng; Như sương, như chớp loé; Hãy quán chiếu như thế!*

---

[1] Toán chạy là bài toán được thầy giáo đưa ra và chỉ nhận giới hạn một số bài giải nộp trước. Do đó học trò vừa phải làm nhanh vừa phải "chạy" để không bị chậm trễ hơn các trò khác. Khi một bài toán được giải xong, thầy sẽ cho bài khác khó hơn.

Bà Ny-lông,
Ông Mủ nhựa

Thế gian họ nói không lầm
Lụa tuy vóc trắng, vụng cầm cũng đen

(Ca dao)

[1]
Có một thời như thế

Xe dừng lại ở một quán ven đường để tài xế và người hướng dẫn ăn sáng và nghỉ ngơi chút. Từ lúc sáng sớm tinh sương hôm nay chúng tôi đã khởi hành ở Bodh Gaya đi Ragir thăm Linh Thứu Sơn.

Tôi muốn ngồi vào bàn ăn để góp mặt cho vui. Vói tay lấy chiếc bình thủy đựng trà trong ba lô ra rồi lục mấy trái táo đã rửa sạch từ hôm trước, tôi ngồi ăn chung với họ. Thật sự, tôi rất ngại nước ở những quán bên đường này. Không cẩn thận có thể cái bụng mình sẽ làm nũng vì chưa quen phong thổ và có thể làm trở ngại các chương trình dự định.

Hai người bạn Ấn Độ ngồi ăn ngon lành. Tôi đảo mắt tò mò nhìn quanh, thấy một người đàn bà ngồi trên đất trước cửa tiệm bán các vật lỉnh kỉnh. Nhìn kỹ vào thúng hàng hóa mới nhận ra đây là các chiếc tách nhỏ làm thô sơ bằng đất sét để uống mà trước đây mấy chục năm tôi đã từng thấy. Ngày ấy trên các chuyến xe lửa ở Ấn, nếu hành khách đặt nước trà, họ sẽ mang đến những chiếc tách bằng đất sét như thế này. Khách uống xong là mở cửa sổ ném những chiếc tách xuống đường rầy dọc đường. Tách bằng đất sét này sẽ vỡ ra và biến thành bụi hay mảnh sành đất nhỏ, sẽ tự hủy ngay chỉ trong một thời gian rất ngắn. Đó là chuyện của những năm 90, thuộc thế kỷ trước. Thế kỷ 21 tôi không thấy những chiếc tách đất sét ấy nữa, mãi đến hôm gặp lại ở vùng quê này. Bây giờ họ - kể cả ở Ấn Độ - đã thay thế bằng những cái ly mủ, mà những chiếc ly mủ tiện dụng này không dễ dàng cho quá trình tái chế. Bệnh văn minh!

Vấn đề đồ nhựa không phải chỉ có ở Ấn Độ. Toàn thế giới hằng năm đã có 300 triệu tấn đồ mủ nhựa, ny-lông hằng năm và chỉ 20% con số 300 triệu tấn này được đưa vào quá trình tái chế. 80% còn lại biến thành rác phế thải mà đa phần những rác này trôi dạt vào biển. (Số liệu dựa theo Tuần báo Die Zeit, số 23, 30.05.2018).

Tai họa!

Tôi may mắn từng sống trong những ngày chưa (hay rất ít) có sự hiện diện của ny-lông, plastic. Chợ làng Xuyên Mỹ (ở làng tôi gọi là Chợ Đình, vì chợ nhóm kế Đình làng) buôn bán các món hàng, từ nắm xôi, cái bánh cho đến con cá, bó rau… đều gói bằng lá chuối. Sang hơn chút thì gói bằng lá sen sẽ bền hơn. Cũng có vài loại lá gì đó nữa nhưng tôi không nhớ rõ lắm. Tuy nhiên, phổ biến nhất vẫn là lá chuối, kể cả lá khô và lá tươi. Lá chuối ở quê, nhà nào cũng có, khỏi cần đi mua. Mấy loại "bao bì" này khi mang về đến nhà, ném ngoài vườn rồi chỉ vài tuần sau là biến thành phân cho các cây cỏ khác, nuôi dưỡng thế hệ mới, xây dựng cầu tuần hoàn cho vũ trụ.

Sau này "ông mủ nhựa" xuất hiện, "bà ny-lông" ra đời, rồi hai kẻ ấy gặp nhau như một mối lương duyên tiền định. Họ cần cù làm việc nên dần dần thay thế mọi phương tiện bao bì khác, chiếm lĩnh mọi thị trường. Tôi còn nhớ rất rõ ngày bà nội tôi sai cô út đi mua mấy cái ca mủ để múc nước trong lu đựng nước, thay cho mấy cái gáo múc bằng nửa trái dừa dễ bể, lũ trẻ chúng tôi vui sướng không biết chừng nào. Ca mủ, đường kính rộng bằng cả gang tay người lớn, khi tắm múc nước xối lên người rồi cứ ném vào lu mà không sợ bể, không sợ chìm xuống. Tay cầm rất chắc chắn và vừa tay, múc cả lít nước mà con nít cũng có thể cầm tỉnh bơ. Rồi nhiều vật dụng khác bằng mủ nhựa hay ny-lông dần dần xuất hiện. Cái áo mưa, cái cặp đi học, cái gọt bút chì (trước đó phải nhờ người lớn dùng dao để gọt)... cái nào cũng tiện dụng và được hoan nghênh.

Nói vậy có nghĩa là tôi không thù đồ mũ nhựa, không ghét bịch ny-lông. Hơn ai hết, tôi biết rõ sự cần thiết không thể chối bỏ của mũ nhựa hay ny-lông trong đời sống hằng ngày. Nơi tôi đang làm việc, những dụng cụ y khoa được sát trùng rồi gói trong các túi ny-lông. Việc ấy tối cần thiết cho các ca mổ hay để khám, chữa trị bệnh nhân, tránh nhiễm trùng. Rồi bao nhiêu máy móc, từ lớn đến nhỏ đều có ít nhất 50-70 % plastic. Kể cả chiếc xe buýt mỗi ngày chở tôi đi làm, cái máy computer tôi sử dụng... cho đến bàn chải đánh răng, đôi dép, không chỗ nào vắng bóng mũ nhựa, ny-lông. Nhưng xin hiểu cho: nó không phải là tất cả. Tuy em ny-lông đa dụng và xinh đẹp má đỏ môi hồng nhưng em không phải là tất cả vũ trụ của tôi. Như một con dao bén, khi người có đạo đức sử dụng thì sẽ hữu ích, anh đầu bếp dùng nó để cắt gọt, nhưng kẻ sát nhân sẽ dùng nó làm vũ khí.

[2]

Bước chân một trái dưa leo

Bây giờ tôi xin mời anh chị cùng tôi đi vào siêu thị xem cách người ta bọc những rau củ với bọc ny-lông. Chỉ xin nêu lên một ví dụ nhỏ mà chắc chắn mọi người trong chúng ta ai cũng từng thấy: trái dưa leo. Vì các lý do như vận chuyển, giữ cho tươi... người ta đã gói trái dưa leo kín mít bằng các tấm ny-lông mỏng dính. Gói một cách vô lý. Hay đúng hơn, có lý nhưng là cái lý phiến diện cho việc sử dụng trước mắt, lâu dài thì hỏng việc. Giấy ny-lông giá rẻ mạt nên người ta đã lạm dụng nó như thế.

Trái dưa leo đang được bình chọn là Rau quả của năm 2019 và năm 2020. Dưa leo có tên khoa học là cucumis sativus, là loại rau quả có lâu đời nhất trên hành tinh của chúng ta. Nó nằm trong gia đình với loại trái bí và mướp. Người ta đã chứng minh được rằng dưa leo đã có mặt trên 3.000 năm trước đây ở Ấn Độ. Bây giờ, dưa leo được trồng khắp nơi. Những nơi do khí hậu không thích hợp thì người ta trồng nó trong nhà kiếng. Tuy vậy, ở trú xứ Đức của tôi, gần 90% số dưa leo nằm trên các kệ hàng ở siêu thị là nhập cảng từ Tây Ban Nha hay Hòa Lan. Vấn đề bắt đầu từ đó.

Trái dưa leo tuy có nhiều loại, nhiều hình dáng nhưng phổ biến nhất bây giờ là có hình dài, trung bình dài 34 cm, cân nặng 450 gram và chứa khoảng 97% lượng nước trong nó.

Trong quá trình vận chuyển, người ta gói trái dưa leo vào giấy bóng ny-lông. Đây là loại polyethylen, gọi tắt là PE. Giấy PE có đặc tính là uốn dẻo được dễ dàng theo mọi hình thể, chắc chắn, có thể giúp giữ độ ẩm rau quả và không cho những chất dầu mỡ, axit thấm vào. Quan trọng nhất, nó rất rẻ. Mỗi trái dưa leo có độ dài nêu trên cần tổng cộng 430 cm2 giấy gói PE và lượng PE này cân nặng chỉ 4 gram. Thông thường người ta có thể giữ trái dưa leo tươi trong vòng 14 ngày nếu nhiệt độ nhà kho là 12 độ C. Nhưng khi bao bọc bằng giấy PE thì có thể giữ lâu hơn. Điều này khá hữu ích cho quá trình vận chuyển. Trớ trêu là những trái dưa leo loại thiên nhiên (bio) thì đều gói bằng loại giấy này vì nó đắt tiền hơn, lúc bị hư hại thì tốn kém hơn. Và cũng vì một lý do thực tế khác, rất tức cười, nó giúp các nhân viên ở quầy tính tiền dễ nhận diện nó, tính đúng giá để chủ khỏi bị thất thoát tài chánh.

Vấn đề bây giờ là: 4 gram giấy ny-lông PE ấy sẽ về đâu sau khi sử dụng xong? Về lý thuyết, giấy PE sẽ được tái chế (recycle) để sử dụng lại 100%.

Ở Đức, đa số người dân rất ý thức trong việc chia loại rác, những loại rác mủ nhựa, túi ny lông đều được bỏ riêng vào loại túi màu vàng và cứ 2 tuần có xe rác đến gom những túi màu vàng này đi. Thế nhưng thực tế có khác đôi chút. Những mảnh giấy PE nào nhỏ hơn tờ giấy DINA4 thì các hãng recyler không nhận, hoặc nhận nhưng loại bỏ ra. PE sẽ chui vào loại rác thường.

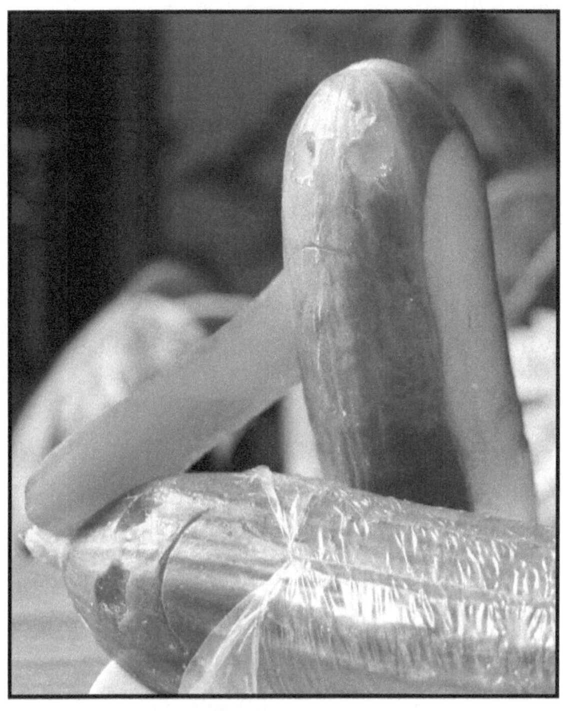

Trái dưa leo trong chiếc áo ny-lông chật chội
(Thiết kế và chụp hình: Lars Cordes)

Và như ta biết, không phải tất cả rác đều được đốt đi mà các nước Tây phương "bán" sang các nước Á Châu (vừa qua là Trung Quốc, Việt Nam. Nam Dương v.v.) hay các nước châu Phi. Chính quyền các nước này không xử lý đúng mức, do tốn kém, nên cho các tư nhân thầu lại. Tư nhân gom thành các tụ điểm rác hoặc phân phối... đi đâu đó. Cuối cùng rác nằm ở các bờ sông. Sông nước ngây thơ và vô tình giúp họ giấu nhanh rác vào lòng nước và mang ra biển. Từ đầu năm 2018, Trung Quốc đã không "mua" rác nữa. Tiếp đó, chính quyền Phi Luật Tân đã gởi trả rác lại cho Gia Nã Đại vì trong rác mủ có trộn lẫn quá nhiều giấy cũ cũng như tả dơ của trẻ em và phụ nữ. Vấn đề rác mủ nhựa đang là vấn đề nóng bỏng của những tháng ngày hôm nay. Không biết rồi sẽ giải quyết ra sao.

Nhiều cơ quan bảo vệ môi trường đã chụp hình được lúc các chú rùa đang ăn những mảnh PE nhỏ này vào bụng.[1]

Đó là con đường dài của cuộc đời một trái dưa leo và y phục bất đắc dĩ của nó. Tôi biết chắc, trái dưa leo đâu có muốn bị bó chặt trong đống áo quần ngộp thở như vậy. Tôi hay anh chị khi mua trái dưa leo về ăn cũng đâu muốn phải mất công cắt bỏ lớp giấy PE phủ ngoài đó. Chúng ta chỉ muốn ăn trái dưa leo tươi thôi. Người bán muốn phục vụ chúng ta nên đã nghĩ ra những biện pháp, vô tình lại đi phá hoại thiên nhiên.

Đây chỉ là một ví dụ nhỏ trong hàng vạn ví dụ trong cuộc sống thường nhật của chúng ta. Tôi tin rằng dù ở Đức, ở Pháp, ở Mỹ hay ở Việt Nam cũng vậy thôi. Chính chúng ta là những động lực khởi nguồn cho các tai nạn đó. Tổ chức *"Plastic Oceans"* đã ghi nhận trong một cuốn phim tài liệu rằng, khi mổ bụng một con chim biển đã bị chết họ tìm thấy trong bụng của chim 234 vật nhỏ bằng mủ nhựa đủ loại, cân nặng 7 kg. Trọng lượng này nặng hơn nhiều lần so với trọng lượng của chính nó. Để dễ hình dung, họ so sánh với con số 12 chiếc bánh Pizza. Ai trong chúng ta từng ăn một lúc 2 chiếc bánh Pizza chưa? Chỉ cần ăn 2 chiếc bánh là đã no cành hông, huống chi đem 12 chiếc bánh Pizza nhét trong bao tử một con chim biển.

Nhiều khi nghĩ lại, biết chừng đâu trong số 234 vật thể ấy có những vật mà tôi, mà chúng ta, đã từng ném vào thùng rác?

Hiện nay mỗi năm có khoảng 8 tấn rác mủ nhựa ny-lông đổ vào biển. Để dễ hình dung, các cơ quan nghiên cứu đưa ra hình ảnh: Cứ mỗi phút, chúng ta cho đổ một xe vận tải chở rác vào lòng đại dương. Con số này do Tổ Chức Bảo Vệ Môi Trường Ocean Conservancy chiết tính. Họ cũng báo động cho chúng ta biết rằng, với đà này thì đến năm 2050 số lượng mủ nhựa ny-lông ở đại dương sẽ nhiều

---

[1] Tư liệu dựa theo bài *"Doppelt verpackt"* đăng trên Tuần Báo Zeit, số 23 /30.05.2018

*... ...họ tìm thấy trong bụng của chim 234 vật nhỏ
bằng mủ nhựa đủ loại, cân nặng 7 kg.*

Nguồn hình: https://plasticoceans.org

hơn số tôm cá sống trong đó. Cộng đồng Âu châu cũng ra đạo luật, bắt đầu từ năm 2021 sẽ cấm sử dụng ly, đĩa, muỗng, nĩa nhựa.

Bây giờ thì ta đã biết chính xác rằng: rác ny-lông ở biển xuất phất từ các dòng sông di chuyển đến. Cuối năm 2017 Trung Tâm Nghiên Cứu Helmholtz (Đức) đã theo dõi và quan sát mức độ dơ bẩn của các dòng sông rồi xếp loại như sau. Dơ bẩn đứng đầu là sông Dương Tử (Jangtsekiang) của Trung Quốc. Con sông dài nhất của châu Phi là sông Nils đứng hàng thứ năm. Trong hồ nước Victoria ở Trung Phi người ta thấy lượng rác nhựa, ny-lông trôi như những hòn đảo. Những túi nhựa bám vào các đầm lầy dọc bờ biển, trong khi các đầm lầy này trước đây chính là các nhà máy xử lý nước thiên nhiên, giờ đây đã biến thành bãi rác (!).

Bắt đầu từ tháng 8 năm 2017, chính phủ nước Cộng Hòa Kenia (Đông Phi, 50 triệu dân) công bố lệnh cấm bao ny-lông: cấm sản xuất, nhập cảng, buôn bán và sử dụng. Ai vi phạm sẽ bị phạt tù 4 năm hay bị phạt số tiền lên đến 32.000 Euro. Tác động lớn nhất để dẫn đến quyết định này là người ta đã tìm thấy trong nhiều lò thịt, ngay cả trong bao tử của các con bò cũng có nhiều túi ny-lông trong đó. Xin lặp lại, trong bụng của các con bò bị làm thịt!

[3]

Thêm chuyện chú cá voi

Tôi còn nhớ rất rõ, ở Việt Nam mình người vùng biển rất kính trọng gọi cá voi là ÔNG. Có thời – và ngay bây giờ ở một số vùng ngư dân – sự kính trọng ấy vẫn còn. Vì sao?

Tôi xin kể lại một câu chuyện hãi hùng từng trải nghiệm.

Một chiếc thuyền con 16 mét chở 56 người từ buổi chiều đã chết máy. Chết máy vì cánh quạt bị quấn nhiều chướng ngại vật bằng vải nên không quay được nữa. Mấy người tài công đã lặn xuống và cố gỡ hết ra để sửa máy nhưng vô hiệu. Sắp tối, cơn bão cấp 7 lại ùa đến. Tàu không máy cứ lăn qua trở lại trong suốt bảy, tám tiếng đồng hồ. Cảnh tượng hãi hùng ấy đúng như câu thơ của Tản Đà: "Cơn giông biển lớn mái chèo thuyền nan."

Lúc ấy có một người phát hiện mạn hông bên trái của tàu bị vỡ một mảnh, mới đầu bằng hai chiếc đĩa lớn, sau càng lúc càng lớn hơn. Thuyền trưởng ra lệnh tất cả cánh đàn ông thay phiên nhau tát nước. Cứ tốp 5,6 người, dùng gàu múc nước bên dưới, chuyền tay nhau qua cầu thang đưa lên phía trên và đổ ra biển rồi chuyền gàu xuống dưới. Liên tục chừng 3 chiếc gàu như thế. Sức người có hạn, giữa lúc lạnh và đói, chừng vài giờ là cả nhóm đã cạn sức, chỉ tát cầm chừng. Bất lực! Bó tay thua cuộc. Giao phó sinh mạng mình cho số mệnh.

Khi con người bất lực giữa biển cả, khi những nỗi sợ hãi đã hằn sâu trên khuôn mặt, phản chiếu qua ánh mắt, cuộn tròn lẫn trên những sợi gân xanh... thì người ta chỉ còn biết cầu nguyện. Đàn ông, đàn bà, con nít, mỗi người cầu nguyện mỗi kiểu. Ai theo tôn giáo nào thì cầu nguyện theo đức tin ấy. Cái mà ai cũng cảm thấy nhưng chưa dám nghĩ đến là... cái chết. Nhưng cái chết ấy mơ hồ đã rất cận kề.

Ngay trong giây phút tuyệt vọng ấy, tự nhiên chiếc thuyền bỗng cựa mình nằm thẳng trở lại và rẽ sóng nước chạy bon bon hướng bờ. Mọi người đều ngạc nhiên không tin vào mắt mình khi nhìn kỹ về phía mạn thuyền bị vỡ trước đây thì trông thấy một con cá voi đã áp sát mình vào thuyền và ra sức bơi, đẩy chiếc thuyền đã bị hư đi.

Đó là câu chuyện của chính tôi. Tôi đã một lần sống trong tình cảnh ấy. Từng bá vai, rồi sau đó tạm biệt với thần chết quay về cõi dương thế. Sau này cũng nghe, đọc nhiều chuyện tương tự như thế nữa. Có người còn kể, chính mắt họ thấy cá voi ép mình vào mảnh thuyền vỡ với nhiều dăm bào sắc cạnh làm chảy máu thân cá, vậy mà nó vẫn cắn răng chịu đựng đẩy thuyền đi đến nơi an toàn.

Dân mình, nhất là các làng chài ven biển rất kính trọng cá voi và gọi là Ông. Cá voi chết thì gọi là "lụy" và chôn cất cẩn thận, sau đó lập đền thờ. Hiện nay vẫn còn rất nhiều nơi ở các vùng Duyên Hải có những đền thờ như vậy. Điển hình là các đền thờ ở Sóc Trăng, Cà Mau, Phú Yên, Quảng Ngãi v.v... Nói chung, hầu hết vùng duyên hải nơi nào cũng có có điện thờ Ông, dù lớn hay nhỏ. Hằng năm các nơi có Lễ Hội Nghinh Ông, có nơi sau khi cúng tế còn có phần ca hát văn nghệ hay thể thao như đá bóng, kéo co...

Như vậy cá voi, nhìn về phương diện đời sống thường nhật là con vật hay đi cứu nạn nhân trong biển cả, về mặt tín ngưỡng dân gian là hộ thần cho ngư dân trong các cuộc hải hành. Vậy mà loài cá này bây giờ đang bị báo động sẽ tuyệt chủng. Tuy đã có đạo luật quốc tế cấm hẳn việc săn bắn cá voi từ năm 1986, nhưng hiện nay vẫn còn có những cuộc săn cá lén lút của người Nhật, người Iceland và Na Uy để ăn thịt. Bên cạnh đó, trong những năm qua ở nhiều vùng duyên hải ở Á Châu và Úc Châu người ta tìm thấy xác chết nhiều cá voi tấp vào bờ. Năm rồi ở Phi Luật Tân, một nhóm bác sĩ thú y đã mổ bụng một con cá voi trôi dạt vào đấy và tìm thấy trong bụng nó có chứa 8 kg các loại túi ny-lông (tương đương số lượng 80 túi) và một số vật dụng bằng mủ nhựa khác. Con số này càng ngày càng nhiều, tìm thấy rải rác khắp nơi. Ny-lông, mủ nhựa trôi bềnh bồng ngập biển, cá voi cứ lầm tưởng thức ăn của chúng nên nuốt vào bụng. Những loại này không tiêu hóa được nên những vị ân nhân của chúng ta phải chết vì đói.

Xin phép dành vài dòng viết thêm về tính chất đặc biệt của loài cá này.

Cá voi có nhiều giống loại, người ta gọi là "họ cá voi", gồm các loại cá voi xanh, cá voi vây, cá voi xám, cá voi trắng, cá voi lưng gù... Có thể loài cá voi xanh là loài thường giúp đỡ người bị nạn trên biển. Cá voi xanh có thể lớn dài đến 33 mét, nặng 200 tấn. Con cá voi xanh lớn nhất đến giờ con người biết được nặng tương đương 45 con voi, tức 2.500 con người chúng ta. Hai đặc tính thú vị ở cá voi xanh là:

- Cá voi xanh là một nghệ sĩ lãng tử giữa lòng đại dương vì nó biết hát. Nó có thể phát ra âm thanh siêu trầm ở tần số 14 Hz. Người ta có thể thu thanh tiếng hát của cá voi xanh qua sóng biển.
- Cá voi xanh có trái tim rất lớn. Không phải chỉ trái tim thương cứu người quảng đại mà chính là trái tim thật, trái tim vật lý. Trái tim đó có thể cân nặng đến 1 tấn (tức 1.000 ký lô!)

[4]

Vậy bây giờ phải làm sao?

Nếu ai đó nói, tôi sẽ tổ chức lại cuộc sống vắng mặt hẳn cặp "bà Ny-lông, ông Mủ nhựa" thì đó là nói chuyện hão huyền. Nói vậy cũng không khác chi nói, tôi chán ngán quá nên muốn lìa bỏ loài người ra đảo hoang sống như Robinson. Nhưng ngược lại, cứ tiếp tục xả rác bừa bãi hại người hại vật như thời gian mấy mươi năm qua là việc làm thiếu trách nhiệm đối với thế hệ tương lai, với con cháu của chúng ta.

Nhiều tổ chức thiện nguyện bảo vệ môi trường đã đưa ra nhiều đề nghị sử dụng túi ny-lông, hàng mủ nhựa... sao cho an toàn cho môi trường. Tự mỗi người trong chúng ta nên suy nghĩ cách nào giảm thiểu số rác ny-lông, mủ nhựa do mình tạo ra theo điều kiện sống trong từng quốc gia. Có những việc không tránh được thì mình nên xài những loại có thể tái chế được, dù có mắc tiền hơn đôi chút. Bằng không, thì không dùng. Ví dụ, một ly cà phê "to go" đựng trong ly nhựa có thể không cần thiết. Còn nếu cần thiết thì không xài nắp đậy nhựa, ống hút nhựa v.v... Việc ấy tế nhị và uyển chuyển, tùy hoàn cảnh và nhu cầu mỗi người.

Tóm lại, nếu ta đem lòng trách vợ chồng nhà "Ny-lông Mủ nhựa" là oan ức cho họ. Đúng ra họ có công hơn có tội. Bà Ny-lông và ông Mủ nhựa đã mang lại cho chúng ta bao nhiêu là tiện lợi. Bây giờ không có vật gì chung quanh chúng ta mà không có mặt hai ông bà đó. Thậm chí tượng Phật, tượng Chúa cũng đã làm bằng mủ nhựa nữa là. Điều tra án mạng giết người, cảnh sát đến thì quy tội cho tên sát nhân chứ ai quy tội cho con dao, cho dù cái cán dao vẫn còn thấm máu. Tay của tên sát nhân thì tuy trơn tru nhưng cũng phải chịu tội. Ta nên tự trách ta đã sử dụng bừa bãi ny-lông, mủ nhựa.

Bây giờ muốn dọn dẹp cho sạch hết đống rác ấy không phải là việc dễ. Và ngay cả khi, giả sử đã dọn sạch rác ny-lông và mủ nhựa trong lòng biển, ta vẫn còn phải gánh chịu tai họa từ một loại rác bắt nguồn từ đó trong vòng vài trăm năm nữa. Đó là loại rác mang tên *microplastic* – hạt vi nhựa do từ mủ nhựa (plastic) sanh ra. Chuyên viên về Môi trường học nổi tiếng, Giáo sư Mojib Latif (Helmholtz Zentrum, Đức) từng nói rằng: *Ngay cả khi chúng ta bằng cặp mắt thường không nhận diện được, những miroplastic vẫn còn tồn tại hàng trăm năm sau dưới biển.*[1]

Tay đã một lần nhúng chàm khó lòng có thể rửa sạch ngay được. Nhưng không phải như thế là ta thả tay buông xuôi. Hãy tỉnh lại. Con dao lầm lỡ sát nhân vẫn có thể sử dụng hữu hiệu nếu đem cắt bụi gai vướng chân bên đường, hay có thể giúp làm việc nội trợ. Vấn đề ý thức không xả rác ny-lông, mủ nhựa bừa bãi bây giờ không chỉ là vấn đề nhận thức mà là vấn đề luân lý, đạo đức và trách nhiệm. Thật vô cùng mâu thuẫn khi chúng ta cứ rao giảng

---

[1] Mojib Latif: *Das Ende der Ozeane, Warum wir ohne die Meere nicht überleben werden.* Verlag Herder, 2014. (tr. 156)

thương yêu, từ bi bác ái rồi sau đó cùng ngồi vào bàn ăn thản nhiên xài các dụng cụ mủ nhựa khi ăn uống rồi vứt bỏ chúng.

Xin cùng nhau đọc lời dạy trí tuệ này của một đạo sư, Ngài Đạt Lai Lạt Ma thứ 14. Ngài đã nói những lời này với các bạn trẻ trên toàn thế giới như sau:

Thời điểm của lòng từ bi đã đến - Tại sao? Bởi vì lòng từ bi là cốt lõi của tất cả. Người ta thường xem nó là một lý tưởng cao quý hay một cảm tính tuyệt đẹp, điều này là một sai lầm. Các bạn lớn lên trong một xã hội tôn thờ vật chất và chủ nghĩa cá nhân, do đó lòng từ bi có thể đối với các bạn cũng chỉ là dấu hiệu của sự yếu đuối. Đấy là vì không ý thức được lòng từ bi giữ một vai trò trội hơn tất cả các thứ khác, đó chính là năng lượng chuyển tải sự sống. Thật vậy trong khi tôi đưa ra các lời kêu gọi này thì sự sống cũng đang ngã gục trên Địa cầu. Hai phần ba các loài sinh vật có xương sống đã bị tuyệt chủng. Khắp nơi, từ đồng ruộng, đại dương, không trung cho đến rừng rậm, sinh vật ngày càng thưa hiếm dần. Sau sự diệt chủng của các giống khủng long cách nay 66 triệu năm thì sự tận diệt hàng loạt lần này đang cho thấy những hậu quả vô cùng trầm trọng đối với hệ thống môi sinh và cả các xã hội con người của chúng ta. Nguyên nhân trực tiếp của sự tuyệt chủng đó là sự sinh hoạt của con người, mà chính sự sinh hoạt này lại còn được gia tăng thêm bởi kỹ nghệ. Quả đã đến lúc mà lòng từ bi phải giúp chúng ta xét lại cung cách hiện hữu của mình trên Địa cầu này hầu tái lập lại sự sống.[1]

Xin cùng nhau bắt tay ngay cứu hành tinh của chúng ta, trước khi nỗ lực đi chiếm hữu Sao Hỏa hay Cung Trăng. Với lòng tham và tâm bất thiện thì dù con người có sở hữu mười Sao Hỏa, trăm Cung Trăng cũng không thấy đủ. Rồi rác cũng sẽ tràn ngập ở bên đó.

Mà đúng vậy, không phải nói chơi, NASA đã xác nhận, ngay bây giờ cũng đã thấy plastic trên Sao Hỏa rồi đó. Thật hết ý!

---

[1] Đức Đạt-lai Lạt-Ma & Sofia Stril-Rever; Hoang Phong chuyển ngữ: *Hãy làm một cuộc cách mạng, lời kêu gọi tuổi trẻ của Đức Đạt Lai Lạt Ma.* Lotus Media, 2019

Dưới biển cá thôi bơi,
trên trời chim hết lượn

Gió bên đông, động bên tây
Tuy rằng nói đấy nhưng đây chạnh lòng

(Ca dao)

Phải chăng văn học, văn chương đã bắt nguồn từ cổ tích, thần thoại; sau nó là đến ca dao tục ngữ? Đọc Quốc Văn Giáo Khoa Thư lúc nhỏ tôi nhớ có câu chuyện con cọp mò mẫm muốn đến gạ chuyện muốn xơi thịt con trâu của anh nông dân. Biết khó lòng đọ sức với cọp anh nông dân mới lập mưu trói nó vào gốc cây, đập cho một trận tơi bời rồi nói: túi khôn của tao đây nè. Đó là cái thời mà thú còn biết nói tiếng người.

Cũng rất nhiều khi tôi tự thấy mình sao đi làm một việc công toi, thắc mắc làm chi về một trật tự cuộc đời như hôm nay. Thắc mắc chi, sao con người mình "khôn quá" vậy. Con người bây giờ có thể bay như chim, lội như cá, có pháp thuật ngồi ở đây mà nói tiếng nói vọng qua đến bên kia địa cầu (điện thoại) v.v... Tất nhiên tôi vui, tôi thừa hưởng cái khôn ấy từ đồng loại tôi mang lại. Nhưng ai dám nói, chỉ có huyền thoại trong quá khứ mà không có những huyền thoại của tương lai? Đừng nói tôi nói nhảm. Đừng nói tôi đang hành nghề thầy bói. Tôi sẽ xin kể cả chuyện xưa lẫn chuyện nay ra đây.

[1]

Chuyện 3 anh em họ Điền

Họ Điền thì chắc là người Trung Hoa hay người Đại Hàn. Theo tôi hiểu, người Việt mình không thấy ai họ Điền. Người họ Điền mà tôi từng nghe chính là ông Điền Văn bên Trung Hoa, một người giàu có, lại có lòng nghĩa hiệp, thích chiêu hiền đãi sĩ nên được người tặng cho danh hiệu Mạnh Thường Quân. Thôi, chuyện hay thì mình kể mình học, dù là ở nơi nào trên hành tinh này. Chuyện rằng:

Ngày xưa có ba anh em họ Điền, cha mẹ qua đời nhưng ba anh em sống chung với nhau rất hòa thuận. Bầu trời quang đãng vậy mà có khi cũng giông bão. Ngày nọ người em thứ hai cương quyết dọn ra ở riêng và đòi chia gia tài để sống chung cùng vợ. Sau nhiều lần khuyên can, thấy không thể lay chuyển ý của em, người anh cả mới quyết định chia. Cuộc chia tài sản cũng tương đối êm thắm, ai cũng hài lòng với những của cải mình thừa hưởng được. Chỉ còn vật duy nhất còn lại mà không biết chia làm sao cho công bằng. Đó là cây cổ thụ ngay trước nhà. Sau mấy ngày bàn cãi, ba anh em họ Điền mới thống nhất với nhau rằng, hôm sau sẽ kêu thợ đến hạ cây xuống, cưa xẻ thành ván để chia.

Hôm sau đám thợ đến, ba anh em cùng đi ra vườn thì thấy cây đại thụ mới đêm qua còn xanh tươi mà chỉ qua một đêm đã khô héo. Vừa mới trông thấy vậy người anh cả bèn chạy đến ôm gốc cây và khóc lên nức nở. Hai người em thấy thế mới đến khuyên can: "Một thân cây khô héo, giá phỏng bao nhiêu mà anh phải thương tiếc như vậy?" Lúc này người anh mới trả lời cho hai em: "Không phải anh khóc vì tiếc cây đâu. Ngay cả loài cây cỏ vô tri mà nghe thấy sắp phải chia lìa chúng còn biết buồn phiền khô héo đi, huống gì chúng ta đây là người cùng ruột thịt. Anh thấy cây mà suy đến cảnh ba anh em chúng ta, anh mới bật khóc". Hai người em nghe anh nói xong cũng ôm chầm lấy nhau và khóc. Bắt đầu từ hôm đó, ba anh em ở lại với nhau êm ấm, vui vẻ như trước. Cây cổ thụ nọ đã khô héo cũng trở lại xanh tươi như cũ.

Thật may mắn cho anh em họ Điền có người anh cả nhân từ và sáng suốt.

[2]

Chuyện biển không cá

Chuyện này cũng là một huyền thoại – huyền thoại của tương lai. Trong 50 năm nữa ở trong nước không có cá tôm bơi lội. Nước biển, nước sông, nước ao hồ đều vậy. Không, tôi không nói đến một "Ngày Tận Thế". Tôi nói có sách mách có chứng. Lại là cuốn sách viết cho trẻ em trong các trường học.

Đó là cuốn *Khi loài cá biến mất (World without Fish)*. Tác giả Mark Kurlansky là nhà báo, nghiên cứu về biển, đồng thời cũng là một tác giả nổi tiếng, đoạt nhiều giải thưởng danh giá về sách ở Hoa Kỳ. Sách của ông được xếp vào loại "Bán chạy nhất – Bestseller" và được dịch ra nhiều ngôn ngữ.

Ngay từ Chương Mở Đầu ông đã viết:

"Phần lớn các loài cá chúng ta thường ăn, các loài chúng ta đã biết, sẽ biến mất trong vòng 50 năm tới. Số này bao gồm cá Hồi, cá Ngừ, cá Tuyết, cá Kiếm và cá Cơm. Nếu điều này xảy ra, rất nhiều loài cá khác phụ thuộc vào chúng sẽ lâm nguy. Những loài chim ăn cá như Hải Âu và chim Cốc cũng sẽ sớm đối mặt với số phận tương tự. Tiếp đến là các loài động vật có vú lấy cá làm nguồn thực phẩm chính như cá Voi, cá Heo và Hải Cẩu. Rồi cả những loại côn trùng dựa vào chim biển như Bọ Cánh Cứng và Thằn Lằn cũng chẳng thể có tương lai tươi sáng hơn. Một cách chậm chạp – hoặc có thể không chậm như chúng ta nghĩ – sự sống đã mất hàng tỷ năm để hình thành trên trái đất sẽ tốn thời gian ngắn hơn thế rất nhiều để bị xóa sổ hoàn toàn."[1]

---

[1] Mark Kurlansky, Frank Stockton minh họa, Lê Nhật Thắng dịch: *Khi loài cá biến mất*. NXB Thế Giới, 2016

Tất nhiên có hàng loạt lý do khiến việc này xảy ra. Có sự việc như không tuân thủ Luật đánh cá quốc tế, vi phạm những vùng không được đánh cá, vi phạm việc săn chài lưới các loại cá hiếm hay lưới cả những con cá kích thước nhỏ v.v... Rồi việc các chất độc càng ngày càng nhiều trong nước. Các chất độc này do các tàu vận chuyển thoát ra, từ các dàn khoan dầu, từ nước thải trái phép của các nhà máy. Kể cả trong phạm vi gia đình, các hệ thống nhà vệ sinh thải một lượng nước có chứa các độc tố hay thuốc chữa bệnh còn giữ trong phân và nước tiểu vào hệ thống ống cống, rồi nước này lại đi vào sông, biển. Việc tiêu thụ các chất độc này đi một vòng lẩn quẩn. Đầu tiên các con cá nhỏ ăn các chất độc này vào. Sau đó các động vật lớn ăn những cá nhỏ (trong đó có loài người chúng ta). Đừng nghĩ là những chất độc nhỏ như thế thì không hại gì đến các các động vật lớn. Không, động vật lớn này thường ăn một số lượng thật lớn các động vật nhỏ, vốn đã bị nhiễm độc.

Ở chương 11, ông Kurlansky viết:

"Nếu Darwin đúng, số phận của chúng ta đã được báo trước. Tất cả các loài đều có những biến đổi và dần dần trở thành loài mới, còn những loài nguyên thủy sẽ dần tuyệt chủng. Trước đây là khủng long, thì bây giờ đã tiến hóa thành loài chim. Một số người phản biện rằng quá trình biến đổi từ loài khủng long đến loài chim là một sự tiến bộ. Nhưng Darwin đã nhắc lại rất nhiều lần, đó là một quá trình thay đổi vô cùng chậm chạp diễn ra trong hàng triệu năm. Nhưng những thay đổi mà chúng ta nhìn thấy ngày nay lại gây ra bởi con người, và chúng diễn ra chỉ trong vòng vài năm. Bằng những hành động khiến các loài khác tuyệt chủng, chúng ta đang đẩy nhanh quá trình tuyệt chủng của chính mình." (tr. 181 ff)

[3]

Chỉ cá biến mất thôi ư?

Không. Không những cá biến mất mà... ngư dân cũng biến mất.

"Rất nhiều thứ khác, không chỉ riêng loài cá, đều đang đối mặt với nguy cơ tuyệt chủng. Ngư dân cũng đang đối diện với nguy cơ 'Tuyệt Chủng'. Giống như các loài động vật khác, bất kể khi nào phải đối diện với nguy cơ tuyệt chủng, việc đặt ra câu hỏi 'cái gì sẽ thế chỗ chúng' là hoàn toàn hợp lí. Trong trường hợp của ngư dân đó là ngành du lịch. Đó là chính là điều đã xảy ra tại Newfoundland - Canada." (tr.115).

(Ghi chú: Ngay nơi loài cá tuyết bị báo động tuyệt chủng Newfoundland - Canada, các cửa hàng souvenir đã tha hồ sáng chế các đồ vật kỷ niệm có hình cá tuyết như mũ, áo, bánh, chocolate, đồ điêu khắc, postcard... để kinh doanh. Nếu ta xem thế gian này như một đại gia đình chung sống, trong đó loài người chúng ta là những anh chị lớn, các loài sinh vật khác như đám em út, thì thật khó coi khi như những ông anh bà chị đã bám víu vào cái chết của đám em út để kiếm thêm chút cháo).

Trích tiếp:

"Và thật mỉa mai làm sao, các nhà hàng phục vụ cho du khách cá tuyết nhập khẩu trong thực đơn, bởi vì khi mọi người đến Newfoundland du lịch họ đều muốn ăn cá tuyết."

Ở bìa sau cuốn sách (sách được xếp đứng đầu bảng trong loại bán chạy nhất của tờ New York Times) tác giả Kurlansky viết thêm: Một thế giới không còn cá thì sẽ như thế nào? Tất nhiên điều đó vẫn chưa xảy ra. Nhưng nếu loài người cứ tiếp tục đối xử với đại dương như hiện giờ, tất cả các loài cá sẽ bị tuyệt chủng trong vòng 50 năm nữa. Hãy cùng nhau thay đổi mọi thứ trước khi quá muộn!

[4]

Bầu trời không có chim bay

Mới đây, đài phát thanh DLF (Deutschlandfunk) ở Đức tổng kết và tuyên bố: "Trong năm 2018 đã có 13% số chim bị mất đi, vì nguồn lương thực của chim là các loại côn trùng đang bị tiêu diệt dần do phân bón có thuốc giết sâu rải ở các đồng ruộng." Tôi tin rằng ở các nước khác con số này có thể cao hơn nữa.

Hiệp Hội Bảo vệ Thiên nhiên và Môi trường ở phía nam Oberrhein của Đức (Bund für Umwelt und Naturschutz (BUND) e.V. Regionalverband Südlicher Oberrhein) trình bày bức hình chụp 3 chú chim sẻ dưới đây, tiên đoán con số trong năm 2019 sẽ có 2/3 số chim sẻ bị mất đi. Khủng khiếp, chỉ còn lại 33,33%.

Hình 3 chú chim sẻ như sau (lưu ý: 3 con chim)

Vogelsterben Deutschland 2019!
Ursachen: Insektensterben, Agrargifte, Neonicotinoide, Glyphosat, Naturzerstörung,
Vogelschlag, Katzen, Usutu-Virus & Verkehr oder Windräder & Rabenvögel?

Nguồn: http://www.bund-rvso.de/vogelsterben-ursachen.html

Trong bức hình có 2 chữ minh họa là Côn Trùng Chết = Chim Muông Chết. Bên dưới bức hình còn ghi chú thêm các lý do loài chim sẻ bị tiêu diệt là: không còn côn trùng để ăn, các loại thuốc độc dùng trong nông nghiệp, hai loại độc hại Neonicotinoide,

Glyphosat làm phân bón, thiên nhiên bị phá hủy, chim sẻ bị tấn công, bị mèo rượt bắt, giống virus có tên là Usutu, bị tai nạn giao thông, các trụ quạt gió điện, bị quạ bắt.

Những dữ kiện nêu ra ở đây chỉ là những ví dụ rất nhỏ về một loại chim sẻ. Bầu trời của chúng ta bây giờ vẫn đang còn nhiều loại chim khác nữa. Tôi không dám đi sâu vào chi tiết làm phiền độc giả. Tài liệu có nhan nhản.

Chắc bây giờ anh chị đã có thể tin lời tôi. Chúng ta có khả năng tạo ra một huyền thoại mới là xóa hết – và xóa rất nhanh: dưới nước không có cá lội, trên trời không có chim bay. Trong toán học người ta dùng chữ rất hay là triệt tiêu. Chuyện này sẽ có thật nếu chúng ta sống như kiểu sống hiện nay. Năm mươi năm thì cũng đâu có lâu. Chắc không ai trong chúng ta muốn rằng, rồi sẽ không bao giờ nghe tiếng chim hót buổi sáng sớm, không bao giờ thấy đàn cá lượn nhởn nhơ buổi chiều vàng bên suối trong. Tôi không nói chuyện giả tưởng. Xa xứ lâu năm, có một mùa hè tôi về thăm nhà. Ngồi suốt cả tuần lễ ở Sài Gòn mà không nghe được một tiếng ve kêu, dù đi rất nhiều nơi, có khi ở công viên, có khi ở chùa, nghĩa là những nơi còn sót lại ít cây cối. Vậy mà tuyệt nhiên không hề nghe tiếng ve. Hình như cũng không thấy phượng nở (nhưng không chắc). Tôi đem việc này hỏi một vài người thì họ cười lớn và nói: Bây giờ làm gì có ve? Nghe sao buồn thúi ruột. Ve của tôi trong kỷ niệm tuổi học trò đã biến mất. Trong khi đó, mấy năm trước tôi đã nghe ve kêu ở châu Phi, đã nghe ở miền Nam nước Pháp.

Vậy, bài học từ cá ở Newfoundland (Canada) của Mark Kurlansky đã nói ở trên rất rõ ràng: Cá tuyệt chủng thì ngư dân cũng tuyệt chủng. Tôi và anh chị rồi cũng sẽ đi vào đường tuyệt chủng khi cây cỏ và sinh vật chung quanh chúng ta tuyệt chủng. Giả sử nếu có thật một "Ngày Tận Thế" vào lúc nào đó sẽ xảy ra, thì ta cũng có thể ít nhiều chi phối được tốc độ của nó. Chi phối kiểu nào đây? Xin thưa tiếp tục sau đây.

[5]

Phương pháp Hóa đồng Mẫu số

Vậy bây giờ thử cùng nhau tìm biện pháp giải quyết vấn đề. Ta cùng tìm mẫu số chung cho bài toán hóc búa đó. Ngay từ thời tiểu học ta đã học bài toán phân số và cách hóa đồng mẫu số này.

$$\frac{a}{b} + \frac{c}{d} = \frac{ad + bc}{bd}$$

Ví dụ bằng số:

$$\frac{2}{3} + \frac{4}{5} = \frac{(2 * 5) + (3 * 4)}{3 * 5} = \frac{22}{15}$$

Mẫu số chung sẽ là 15. Bài toán đơn giản ấy có thời chúng ta đã làm nhuần nhuyễn, vậy mà bây giờ đã đem trả hết lại cho thầy ở các trường làng thời tiểu học. Ấy vậy, xin đừng coi thường, bài học này vô cùng ý nghĩa nếu ta biết áp dụng vào cuộc sống thường nhật của chúng ta. Cùng đầu đội trời chân đạp đất mà không có mẫu số chung thì làm sao sống với nhau được! Không dám huênh hoang múa rìu thêm, tôi xin chép trộm lại lời này của một nhà mô phạm từng có nhiều năm kinh nghiệm giảng dạy đại học tại Pháp - Giáo sư Cao Huy Thuần - để cùng thể nghiệm.

"Tôi xem thiên nhiên như có đời sống, và vì có đời sống nên có quyền, quyền tự bảo vệ. Đời sống của thiên nhiên cũng là đời sống của tôi, hai bên liên đới với nhau, không có mưa thì tôi chết khát, không có không khí thì phổi tôi thất nghiệp. Thải khí độc lên không thì tôi ho, phá rừng thì mưa bão nổi giận và người chịu khổ là tôi, là anh. Là Phật tử, mỗi khi cúng giỗ, tôi thắp hương trên bàn thờ và thắp cả hương trong vườn để cảm tạ mưa nắng che chở cho tôi. Không phải tôi chỉ yêu thiên nhiên, tôi kính trọng nó. Hơn thế nữa, vì tôi là đệ tử của thiền môn, tôi không xem thiên nhiên như kẻ khác tách biệt với tôi là tôi, tôi xem thiên nhiên với tôi là một, đóa hoa kia là một với tôi, tôi ở trong nó, nó ở trong tôi, tôi tan trong hương sắc của nó, nó nhập vào hồn tôi."[1]

---

[1] Cao Huy Thuần: Đến với Phật Cùng Tôi (Sợ và Thương). NXB Hồng Đức 2016. Tr. 278- 279

Vâng, đúng vậy. Đã sống chung cùng nhau thì phải chơi đẹp với nhau. Fairplay đâu phải chỉ ở sân vận động bóng đá. Phải chơi đẹp với nhau khi cùng đứng dưới bầu trời này, khi cùng đặt chân trên mảnh đất này.

Nếu ngày mai là ngày tận thế, tôi sẽ vui vẻ phủi tay ra đi, khi biết mình đã sống đẹp, sống trọn vẹn như thế.

Bởi vì chiều buồn
chiều về dòng sông

Mancher findet sein Herz nicht eher,
als bis er seinen Kopf verliert –

Có kẻ không tìm thấy trái tim mình,
mãi đến khi cái đầu họ bị mất đi.

(Friedrich Nietzsche)

[1]

Một hôm tôi tình cờ đọc được một bài giới thiệu sách của Phạm Thị Thủy viết về tác phẩm *Đi Dọc Dòng Sông Phật Giáo* của tác giả Trần Đức Tuấn. Thú thật, thấy sao bài viết ngắn quá, đọc xong vẫn thấy thèm. Tôi phải nhắn người nhà tìm mua cho bằng được cuốn sách ấy và gởi sang. Lúc đọc được sách mới giật mình, lòng ngưỡng mộ một dòng sông trải dài qua các truyền thống Phật Giáo càng thêm lên. Tôi thèm, ước chi mình có lần được như tác giả Trần Đức Tuấn, đi dọc chiều dài của dòng sông ấy. Tác giả đã đi tổng cộng 15 lần để thực hiện phim *Mê Kông Ký Sự*.

Dòng sông Mê Kông trải dài trên các miền đất Phật, kinh qua tất cả truyền thống Phật Giáo. Khởi đi từ Kim Cương Thừa tận trên núi cao của miền đất Tây Tạng (nay là vùng tự trị thuộc miền bắc tỉnh Vân Nam, Trung quốc), từ đó sông chuyển mình qua truyền thống Đại Thừa Phật Giáo ở tỉnh Vân Nam, Trung quốc. Rồi Mê Kông lại uốn khúc đi vào truyền thống Phật Giáo Nguyên Thủy của các nước Miến Điện, Lào, Thái Lan và Cam Bốt. Từ đây Mê Kông tách làm hai nhánh (Tiền và Hậu giang) đi vào Việt Nam, nơi có cả hai truyền thống Nam truyền (Nguyên Thủy) và Bắc truyền (Đại Thừa) sống hòa nhập như hai anh em ruột. Đây cũng là điểm rất đặc biệt của dòng sông Mê Kông với hai nhánh sông Tiền, sông

Hậu mà cũng là điểm đặc biệt của hai truyền thống Phật Giáo vùng đồng bằng sông Cửu Long. Rồi Cửu Long lại vươn mình hóa thành chín con rồng đổ vào lòng biển cả Thái Bình Dương.

Viên thành một đại nguyện!

Tôi lại còn có thêm một ước mơ nữa. Mơ được một lần nếm lại vị (ngọt, chát, bùi bùi) của một "giọt nước đầu nguồn". Ngày xưa cũng đã từng nhiều lần đi thuyền trên sông, sao không nhảy ùm xuống tắm một lần cho thỏa thích, sao không bơi lội, không ngụp lặn trong dòng nước đục của Cửu Long Giang. Thời ấy còn trẻ quá nên ham chơi, chưa ý thức được điều đó. Bây giờ thì hối tiếc.

Định bụng chờ sách đến sẽ đọc một mạch cuốn ký sự *Đi Dọc Dòng Sông Phật Giáo* hấp dẫn ấy. Vậy mà khi nhận được, xem Mục Lục tôi đã lật ngay đến gần cuối sách, đọc 40 trang cuối, rồi tự dưng thấy sao… nước mắt tự động chảy ra. Rồi đọc lại. Đó là *Phần V- Trên Đất Nước Việt Nam*. Hôm sau vào văn phòng in ra giấy lớn tấm bản đồ của dòng sông Cửu Long, dùng bút màu tô tô vẽ vẽ, ngồi đếm, đối chiếu những chi tiết tác giả viết trong sách.

Cửu Long là chín con rồng bay lượn với Tiền và Hậu Giang, mang phù sa nuôi sống những cánh đồng màu mỡ rồi cùng hẹn nhau ở đại hải Thái Bình Dương. Tác giả Trần Đức Tuấn và đoàn làm phim đã dùng máy bay trực thăng M18 lượn vòng trên cao để quan sát thì chính xác rồi.

Không còn nghi ngờ gì nữa: chín con rồng "Cửu Long" giờ đây đã chết mất đi một con (sau này còn nghe chết thêm một con nữa).

Cái chết của một cửa sông

Từ bao giờ con người đã biết rằng muốn sống thì phải biết sống thuận theo thiên nhiên. Triết lý của Trung Hoa xưa, từ Lão, Khổng, Trang… đều nói không biết bao nhiêu lời khuyên như thế.

Thi sĩ Tô Đông Pha có thời đến một khu đất có tên là Đông Pha, nằm về phía đông của Hoàng Châu và làm ruộng ở đó. Ông có sáng tác tám bài thơ thuật sự tại đây để tả cảnh sinh hoạt thường ngày của mình, trong đó có bài thơ thứ năm, ông nhắc về việc làm ruộng:

"Lương nông tích địa lực
Hạnh thử thập niên hoang
Tang giá vị cập thành
Nhất mạch thử khả vọng..."

Tuệ Sỹ dịch:

Nhà nông giỏi thì biết tiếc sức đất.
Đất này nhờ mười năm bỏ hoang
Dâu đỏ dâu đen chưa đến lúc lớn,
Có thể mong được một mùa lúa mạch.

Vâng, làm ruộng mà không cho đất nghỉ, không *"biết tiếc sức đất"*, chẳng khác nào mình tự mang cái nghèo đeo lên cổ mình vậy. Cụ Tô Đông Pha chỉ mới nói về đất, với nông nghiệp thì nước cũng thế, cũng phải *"biết tiếc sức nước"*. Vậy mà hậu duệ của cụ đang muốn đeo cái gông ấy lên cổ mình đây.

Đó là chuyện một dòng sông, một đại trường giang, Đại trường giang Mê Kông xuất phát từ thượng nguồn xứ Tây Tạng. Tôi biết tìm đâu *"ngụm nước đầu nguồn"* của dòng sông Phật Giáo kỳ vĩ và bí ẩn này.[1]

Xin nhắc lại vài dữ kiện địa lý. Mê Kông - một trong những đại trường giang vĩ đại của địa cầu, với chiều dài hơn 4.880km. Thượng nguồn Mê Kông, từ cao nguyên Tây Tạng chảy qua 6 nước là Trung Quốc, Lào, Myanma, Thái Lan, Campuchia, Việt Nam và đổ ra biển Đông bằng chín cửa sông nên gọi là Cửu Long. Người Tây Tạng nói rằng linh hồn sông nằm ở nơi mà họ gọi là "Dza Chu"

---

[1] *"Ngụm nước đầu nguồn"* là chữ của D. T. Suzuki trong *Thiền Luận*, Trúc Thiên dịch. Tôi học được chữ này qua vài bài viết của Nguyên Minh Nguyễn Minh Tiến.

(dòng sông của những tảng đá), chảy ra từ các hồ Zaxiqiwa thần bí ở cao nguyên Tây Tạng rất cao và rất khô, nằm ở một vùng hẻo lánh của tỉnh Thanh Hải thuộc Trung Quốc. (Theo BBC Travel)

Từ Phnom Penh (Campuchia), sông Mê Kông tách ra làm hai nhánh đổ vào Việt Nam là sông Tiền và sông Hậu, cả hai đều chảy ra biển với chiều dài mỗi sông chừng 250 cây số.

Theo An Nam Đại Quốc Họa Đồ của Taberd năm 1838, sông Cửu Long có 9 cửa lần lượt từ đông bắc xuống tây nam gồm:

Sông Tiền đổ ra biển bằng sáu cửa: cửa Tiểu (1), cửa Đại (2), cửa Ba Ray (3), cửa Bãi Ngao (4), cửa Băng Côn (5), cửa Cổ Chiên (6).

Sông Hậu đổ ra biển bằng ba cửa: cửa Vam Rây (7), cửa Cha Vang (8), cửa Ba Thắc (Bát Sắc hay Bassac) (9).

Một phần bản đồ các cửa sông của hai nhánh Tiền Giang và Hậu Giang (sông Cửu Long) theo An Nam Đại Quốc Họa Đồ của Taberd năm 1838

Đoàn làm phim của ông Trần Đức Tuấn nói, trên máy bay trực thăng họ cố ý định hình cho ra cửa Bát Sắc nhưng không thấy được. *"Chúng tôi đem câu chuyện tám cửa trình bày với các nhà chuyên môn, các học giả và đã làm tất cả ngạc nhiên vô cùng bởi họ đinh ninh Mê Kông còn đủ chín cửa."* (Sđd, tr. 335) [1]

Và thêm: *"Đoàn làm phim Mê Kông Ký Sự đã khảo sát thực địa bằng cả đường bộ, đường thủy và trực thăng nhưng đều không thể tìm thấy cửa Bát Sắc mà bản đồ thuộc Pháp còn ghi lại nằm giữa hai cửa Định An và Trần Đề trên địa phận Cù Lao Dung. Tất cả mọi cư dân địa phương, từ già tới trẻ, khi được chúng tôi hỏi đều nói rằng họ không hề thấy hoặc nghe nói về một cửa sông Bát Sắc nào cả. Vậy là dòng sông kỳ vĩ nhất chứa muôn vàn bí ẩn lạ lùng suốt từ thượng nguồn đến phút chót của lộ trình ngàn dặm phủ lên bờ Thái Bình Dương một bức màn bí mật. Phải chăng đó là một trong những nét hấp dẫn vĩnh cửu của dòng sông Phật giáo: thơ mộng, kì vĩ, linh diệu, bí ẩn và mơ màng."*

Vậy một con rồng của Tiền Giang đã chết. Ở Hậu Giang thì hiện nay, cửa sông Ba Lai được thay thế bằng hệ thống cống đập ngăn mặn chặn vĩnh viễn dòng chảy, chỉ xả lũ ra cửa biển khi cần.

Cửu Long bây giờ là 7 con rồng. Nói sao nghe khó lọt lỗ tai quá.

Hèn chi chật chội. Hèn chi sinh sự!

Tiến sĩ Lê Anh Tuấn thuộc Viện Nghiên cứu Biến đổi Khí hậu (Đại học Cần Thơ) phân tích, việc cửa Ba Lai "chết" rất đáng lo ngại, bởi sự bồi lắng ở cửa sông này là do con người tác động. Hệ thống cống - đập Ba Lai được xây dựng nhằm mục tiêu ngăn mặn giữ ngọt phục vụ cho sản xuất nông nghiệp. Tuy nhiên, tác động tiêu cực của nó là gây nhiễm phèn ở các vùng sản xuất lúa ngày càng nghiêm trọng hơn, trong khi lượng nước ngọt lại không đủ dùng trong sản xuất. Bên cạnh đó là quá trình ô nhiễm môi trường từ các chất thải sinh hoạt và sản xuất diễn ra nhanh hơn đã tác

---

[1] Trần Đức Tuấn: Đi dọc dòng sông Phật Giáo. NXB Hà Nội, 2019

động ngược lại đến sinh hoạt và sản xuất của con người. Cũng theo Tiến sĩ Lê Anh Tuấn, sự việc 2 trong 9 cửa Cửu Long đang chết đi có thể sẽ là tiền đề để mở ra những cửa sông khác. Vì nếu lượng nước đổ ra 7 cửa còn lại quá lớn thì theo quy luật tự nhiên nó sẽ mở thêm các cửa sông khác để phục vụ việc tiêu thoát nước.

Tuy nhiên, vấn đề quan trọng là trong khoảng hai thập niên gần đây, hiện tượng sạt lở ở đầu nguồn đồng bằng sông Cửu Long diễn ra nhanh hơn nhiều năm về trước, đặc biệt ở hai tỉnh An Giang và Đồng Tháp. Tổng cục Môi trường Việt Nam cho biết, trên địa bàn tỉnh An Giang, khu vực ven sông Tiền có 13 điểm sạt lở, với cung trượt 2 - 30m/năm và 25 điểm sạt lở dọc bờ sông Hậu, mức độ sạt lở ngày càng tăng. Toàn tỉnh Đồng Tháp hiện có 99 điểm sạt lở với tổng chiều dài hơn 172 km, nhiều nơi sạt lở ăn sâu vào bờ đến 25m. Không chỉ ở đầu nguồn, sạt lở còn đe dọa nhiều địa phương khác như: Vĩnh Long, Cần Thơ, Trà Vinh, Sóc Trăng, Cà Mau...[1]

Thế giới đang báo động về thảm họa do con người tạo ra làm hư hại môi trường thiên nhiên. Thế nhưng đâu phải chỉ các nước Fidschi, Kiribati... thuộc châu Đại Dương, hay những quốc gia ở châu Phi đang bị cuốn trôi vào lòng biển cả. Ngay trên quê hương mình, ngay trên dòng sông Cửu Long hiền hòa bao nhiêu đời nay, bây giờ cũng đang bị tai họa ấy. Chỉ có điều, những người dân miền Tây chất phát hiền hòa, thấp cổ bé họng không kêu la gì nên không ai hay biết đến. Còn có kẻ hay biết đến thì lại lo bỏ đầy túi nên phớt lờ đi.

Đại Học Thủy Lợi ở Hà Nội có đăng tải một Clip Video bài thuyết trình của Tiến sĩ Tô Văn Trường với đề tài "Tác động môi trường của hệ thống đập thủy điện trên sông Mê Kông" đưa ra ba mối đe dọa cho đồng bằng sông Cửu Long của chúng ta. Ba mối đe dọa ấy là: các đập chắn, khai thác cát và mực nước biển dâng.[2]

---

[1] https://nghiencuulichsu.com/2017/04/12/cuu-long-co-phai-la-chin-rong/ (đọc 27.04.2019)

[2] Nguồn: Đại Học Thủy Lợi: http://env.tlu.edu.vn/tai-lieu-tham-khao/tac-dong-moi-truong-cua-he-thong-dap-thuy-dien-257 (đọc 25.05.2019)

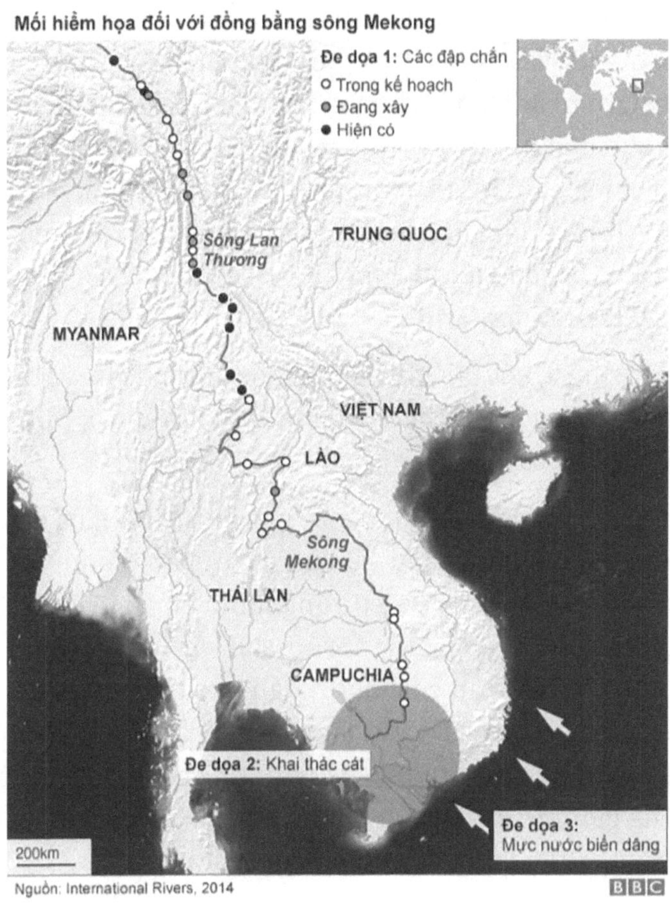

Ba mối đe dọa ở đồng bằng sông Cửu Long

Về mối đe dọa 1: Các đập chắn phục vụ thủy điện. Có thể đây là mối đe dọa bậc nhất, không những đối với dòng sông, mà còn ảnh hưởng rất lớn đến sự sống còn của bao nhiêu con người ở hạ nguồn Mê Kông.

Trong ba thập kỷ qua, Trung Quốc đã áp dụng chính sách phát triển kinh tế bằng mọi giá và họ đã nhận ra rằng chính sách không khôn ngoan này đã ô nhiễm nghiêm trọng không khí, nước và môi trường. Trong hai mươi năm qua có một chương trình khai thác thủy điện trên sông Mê Kông (Richard Cronin, 2010; Scott Pearse-Smith, 2012). Tính đến năm 2014, có 26 đập thủy điện trên dòng chính, 14 đập trên sông Lan Thương (tên của thượng nguồn Sông Mê Kông ở tỉnh Vân Nam, Trung Quốc) và 12 đập trên hạ nguồn Mê Kông. Lớn nhất và đắt giá nhất (khoảng 10 tỷ USD) trên sông Mê Kông cho đến nay là đập Nuozhadu, được hoàn thành vào năm 2014 với chiều cao 261m, một hồ chứa dài 226 km và công suất 5.850 MW. Ít nhất tám đập lớn khác cũng đang được lên kế hoạch ở Trung Quốc (Theo Tiến sĩ Trần Tiễn Khanh: *Cái chết của Mekong, Dòng Sông Phật Giáo*).

Người Trung Quốc làm thì người Lào cũng bắt chước theo. Hiện nay họ đã và đang xây dựng 4 đập nước là Xayaburi, Don Sahong, Pak Beng và Pak Lay.

Đứng trước ba mối đe dọa chết người ấy, tôi, một người Việt đang ngồi bình an giữa châu Âu còn có lời nào để nói thêm đây? Tôi đi lại bằng xe hơi trên các đường nhựa êm ả, tôi ngồi viết các dòng này trong một căn phòng ấm áp, vân vân và vân vân. Tôi chưa từng lạnh với mình trần của người dân Lục tỉnh, chưa đói với cái bao tử của đồng bào tôi. Do vậy, làm sao tôi có thể nói hết được nỗi lòng của người dân hạ nguồn Mê Kông? Có chăng, tôi chỉ có thể để cho những giọt nước mắt của mình chảy dài để chia sẻ nỗi thống khổ của người dân miền Tây hiền lành chất phát.

Tôi cũng không có tham vọng viết bài này như sự tổng hợp các nguồn nghiên cứu, số liệu đã có sẵn trong sách vở hay trên mạng Internet. Chỉ xin nói bằng nỗi lòng của một con người đã từng có những ngày bình yên với Cửu Long ở Mỹ Tho, Cần Thơ, Long Xuyên, Sóc Trăng... cũng từng có những ngày hồi hộp, lo sợ cho những chuyến vượt sóng ra khơi ở Bến Tre, Vĩnh Long.

Tôi phải mượn những lời này (xin phép các tác giả) của những người con Lục tỉnh miền Tây. Vì chỉ có các anh, chị... những người đang sống ở đó, mới cảm nhận tê tái những cái mất mát đang gặm nhấm tâm hồn, như con người mất dần mỗi ngày từng ngón tay, ngón chân, hay tế bào trong mình.

Về mối đe dọa 2: Khai thác cát dưới lòng sông phục vụ xây dựng trong suốt hơn 20 năm qua đã làm lở đất sập nhà của những người sống ở mé sông, xin mượn lời của tác giả Khải Đơn trong tác phẩm Mekong Phù Sa phiêu bạt. Xin đọc vài đoạn văn ngắn của nữ ký giả này, người có nhiều quan hệ với sông nước miền Tây.

Chết ở Cửu Long (tr. 193)[1]

"Người đàn ông dong chiếc đò mỏng manh ra khỏi cửa sông. Ngoài kia là nước biển. Không lẫn được. Nước sông đục, trong khi biển sạm dần rồi xanh biếc ra. Thuyền lả lướt như mảnh lá không định điểm rơi. Ông đi tìm mộ đứa con mình ngoài kia. Cái cồn đó là doi đất vừa biến mất dưới dòng nước sau một đợt lở bờ dữ dội.

"Hình ảnh đó, thầy giáo tôi thu vào một cuốn phim. Tôi muốn hỏi xem người đàn ông ấy có tìm được mộ con không nhưng đã im lặng. Trong phim, người đàn ông trở vào. Mất xác con. Mất cồn. Mất mái lá xanh xao động trong mắt. Xanh thẳm có thể nuốt chửng cả vùng đất tím dài kéo ra tới biển.

"Mộ phần là biểu tượng nhắc người sống nhớ về sự tồn vong của gốc rễ. Họ từng yêu lắm một ai. Họ từng có cha đứng chờ trên đó. Họ từng có má phơi cá trên đồng nắng. Người chuyển động. Thở. Mất đi. Đã có mộ phần làm mỏ neo. Người sống nhận ra mình không chỉ vì một ai đó còn thở, mà còn sống trong lưu dấu của người đã rời cõi trần. Nhưng ở Mekong thì sao? Nếu mộ phần rã theo làn nước và trôi ra biển."

Người Cồn Lở (tr. 200)

"Miền Tây mỗi năm lở 891 km. Không dừng lại. Đầu tiên là đường sụt xuống một hố nước. Đứng trên bờ nhìn xuống, người ta chờn chợn tóc gáy. Rồi cả con đường bị nuốt chửng giữa trưa hè êm ả. Rộp. Rồi ầm. Ầm. Ầm. Như thủy quái trong hốc nước sâu trồi lên, há miệng và nhai rau ráu.

---

[1] Khải Đơn: *Mekong Phù sa phiêu bạt.* NXB Văn Học, 2018

[...] Sau khi con đường biến mất là đến nhà cửa...

"Đứng giữa tưởng niệm là đổ nát, tôi ghép nối Tân Châu với bờ kè mới, ghép Hồng Ngự với phố mới ở Long Khánh A, ghép nối công viên bờ kè trong trấn với cồn Châu Ma đã biến mất vĩnh viễn giữa sông Tiền. Dòng sông này là sinh vật đầy cảm xúc. Nó yên lặng như một ông lão đánh cá già nua. Nó giận dữ như một con người đầy khao khát trả đũa. Nó mím môi ngừng khóc như người sống ở kè lở chịu đựng số phận bị xóa sổ nơi sinh tồn. Nó không trừng phạt (như cách người ta hay mô tả thiên nhiên phẫn nộ), mà chỉ là không thể rướn mình chịu đựng thêm những vỡ vụn xác thịt đã xảy ra suốt nhiều chục năm..."

(Ghi chú: Thu hoạch cát chính trong hơn 20 qua là để phục vụ cho các công trình xây cất nhà cửa. Các chủ thầu đã đưa các xà lan tới, dùng xáng cạp bằng kim loại, tra trên đầu cần cẩu, nhúng mình vào dòng nước đục, hốt những nắm cát vàng đổ vào xà lan rồi chở đi).

Con người cần phải sống. Và như suốt ngàn năm nay, họ tìm đến sông để vớt lên những thứ cần cho sinh tồn. Không phải chỉ có cá, nước, hay rau... mà còn là cát. Họ đâu ngờ rằng cát này ra đi cũng đã cuốn đi bao nhiêu xác đồng loại.

Về mối đe dọa 3: Mực nước biển dâng cao. Mực nước biển dâng, nước mặn tràn vào ruộng. Nhà văn Nguyễn Ngọc Tư trong nhiều năm qua đã nói nhiều về việc cho nước mặn vào đồng ruộng để nuôi tôm bán xuất khẩu. Xuất khẩu đâu không thấy, chỉ thấy tôm đi đường tôm, người và ruộng đất đi đường đất ruộng, và người dân vẫn cứ nghèo cứ khổ (Hội Chợ Sách Frankfurt 2018 đã trao giải thưởng *"LiBeraturpreis"* cho nhà văn nữ Nguyễn Ngọc Tư của Việt Nam qua tác phẩm *Cánh đồng bất tận*).

Nguyễn Ngọc Tư viết:

"Những cánh đồng trở thành đô thị, những cánh đồng ngoa ngoắt thay đổi vị của nước, từ ngọt sang mặn chát, những cánh đồng vắng bóng người, và lúa rày mọc hoang nhớ đau nhớ đớn bàn chân

xưa nghẽn trong bùn quánh giờ đang vất vơ kiếm sống ở thị thành. Những cánh đồng đó, đã hắt hủi cây lúa (và gián tiếp từ chối đàn vịt). Đất dưới chân chúng tôi bị thu hẹp dần. Nhưng ngay từ đầu, chúng tôi đã tự làm quẩn chân mình, vì không thể quay lại những cánh đồng cũ (với người quen cũ). Tôi đã từng trở ngược về những nơi đó theo cách của tôi, bằng mường tượng. Tôi đã gặp nhiều đứa trẻ tên Hận, tên Thù mang khuôn mặt rắp tâm của cha tôi, với đôi mắt sâu và chiếc mũi thẳng. Những đứa trẻ nhàu úa, cộc cằn, cắm cẳn, chỉ tiếng chửi thề là tươi rói, nhảy ra xoi xói ở đầu môi..."[1]

Nhiều bình luận gia thế giới đánh giá là vấn đề tranh chấp ở Mê Kông sẽ là một vấn đề gay go như tranh chấp Biển Đông. Nếu 6 quốc gia dày xéo một dòng sông như thế thì đâu khác chi 6 đứa con đang dày xéo thân thể người mẹ, vốn đã đang bệnh tật và đang đau khổ.

Ngày xưa, hơn 2.600 năm trước, tại xứ Ấn cũng từng có mối tranh chấp về nước. Và người ta đã ngồi lại giải quyết cùng nhau. Ngày ấy vì chưa có những phương tiện kỹ thuật tiến bộ nên có thể việc tranh chấp dễ giải quyết hơn. Xin kể lại một câu chuyện về việc tranh chấp nước dòng sông.

[2]

Nước quý hay mạng người quý

Đó là câu chuyện tranh chấp về quyền sử dụng nước sông Rohini giữa bộ tộc Sakya và tộc Koliya trong thời Đức Phật còn tại thế. Đức Phật đã hòa giải vụ tranh chấp nguồn nước sông Rohinī (nay là Rowai) giữa hai dòng tộc Sakya và Koliya. Nhân đó, Ngài đã giảng kinh Tranh Luận (Kalaha Vivada) khiến 500 thanh niên dòng họ Thích Ca cảm kích xuất gia.

Số là năm ấy trời không mưa mà cả hai quốc gia đều thiếu nước tưới ruộng. Mực nước sông Rohini cũng rất thấp. Nước không đủ

---

[1] Nguyễn Ngọc Tư: *Cánh Đồng Bất Tận*. NXB Trẻ, 2005

cho cả hai bên dùng, mà bên nào cũng muốn đắp đập dẫn hết nước sông về phía mình. Từ đó sinh ra xung đột.

Vốn có liên hệ thân tộc sâu xa với cả hai dòng họ Sakya và Koliya, Đức Phật sắp đặt một cuộc gặp gỡ giữa hai vị quốc vương: quốc vương Mahanama và quốc vương Suppabuddha. Vương tộc Sakya ở Kapilavastu và vương tộc Koliya ở Devadaha vốn từng có quan hệ hôn nhân mật thiết, nhiều đời đã kết thành thông gia. Đến thời Đức Phật Thích Ca Mâu Ni, phụ vương Ngài là Tịnh Phạn đã cưới cả hai chị em công chúa Mayadevi (Ma Da) và Prajapati (Ma Ha Ba Xà Ba Đề), còn chính Thái tử Tất Đạt Đa cũng đã kết hôn với công chúa Yasodhara (Da Du Đà La) xinh đẹp của vương tộc Koliya.

Đức Phật mời hai vị quốc vương đến thảo luận để tìm một giải pháp hòa giải. Đầu tiên Đức Phật đặt câu hỏi:

– Thưa các đại vương, nước sông quý hơn hay mạng người quý hơn?

Cả hai vị vua đều trả lời là mạng người quý hơn, mạng người là vô giá.

Đức Phật nói:

– Các vị đại vương, nước tưới là đầu mối của cuộc tranh chấp giữa hai nước, nhưng nếu không có lòng tự ái và sự căm giận thì sự tranh chấp về nước tưới sẽ không đủ để đưa tới một cuộc chiến tranh. Các vị đại vương! Chúng ta phải xét lại tâm ý chúng ta. Chúng ta đừng vì lòng tự ái và sự căm giận lẫn nhau mà làm tổn phí máu xương của dân chúng hai nước. Buông bỏ tự ái và giận hờn là chúng ta tháo gỡ được guồng máy chiến tranh. Giải quyết vấn đề tranh chấp về nước tưới không khó. Chúng ta chỉ cần ngồi lại thương thuyết với nhau. Có bao nhiêu nước trong dòng Rohini thì ta chia cho cả hai phía, dù nước không đủ cho cả hai bên. Chúng ta sẽ tìm giải pháp để bên nào cũng được thừa hưởng đồng đều số lượng nước tưới.

Nhờ sự can thiệp của Phật mà hai bên đã đi tới một sự thỏa

thuận về vấn đề nước tưới và thiết lập liên lạc ngoại giao thân tình như cũ, chăm sóc nước cho dòng sông Rohini. (Phỏng theo Nhất Hạnh: Đường Xưa Mây Trắng)

Có thể đọc đến đây có người cho rằng sự kiện hai nước tranh nhau dòng sông Rohini khác với thảm họa sáu quốc gia ở Mê Kông hiện nay. Đúng vậy, ngày xưa đánh nhau thì chỉ nhiều nhất vài ngàn người vác đao vung kiếm đâm chém nhau. Bây giờ thì ôi thôi, tàu chiến, máy bay và bom đạn. Không chừng có cả bom nguyên tử nữa. Nhưng, có điều chắc chắn, những vũ khí giết người ấy đều bắn ra từ "lòng" của con người chúng ta. Tôi vẫn tin tưởng rằng, cái chất "nhân" trong con người dù ít dù nhiều cũng khác cái thú tính. Mà ngay cả thú đi nữa thì nó cũng còn có tấm lòng thương yêu. Thêm vào đó, tôi vẫn tin rằng, không một thế lực nào có thể phá tiêu được dòng sông thiêng liêng này. Dòng sông chảy dài gần 5.000 cây số, từ cội nguồn tâm linh Tây Tạng, đi ngang hàng trăm ngôi tu viện, hàng ngàn ngôi chùa Phật Giáo lớn nhỏ. Hàng triệu Phật tử đã dùng nước của Mê Kông cho bao nhiêu nghi lễ tôn giáo.

Hãy cùng hồi tâm lắng nghe lời dạy này của một bậc đạo sư.

"Trái đất là ngôi nhà duy nhất của chúng ta. Hình ảnh trái đất được chụp từ không gian là hành tinh xanh trôi bồng bềnh trong không gian sâu thẳm, đẹp như mặt trăng tròn trong bầu trời đêm quang đãng, hình ảnh này luôn gợi nhắc trong tôi rằng tất cả mọi chúng ta thực sự là những thành viên của đại gia đình loài người cùng chia sẻ ngôi nhà nhỏ này. Tôi miên man với suy nghĩ về việc tại sao loài người lại luôn luôn có những bất hòa và mâu thuẫn lẫn nhau, họ làm thế để làm gì trong khi họ vẫn đang sống trong cùng một ngôi nhà!?"[1]

---

[1] Đức Đạt Lai Lạt Ma, Lê Tuyên dịch: *Vũ trụ trong một nguyên tử đơn*. NXB Tổng Hợp TPHCM, 2007 (tr.210)

[3]
Sao nghe lòng quá đìu hiu!

Xin một lần nữa quay lại chuyện con sông Cửu Long uốn khúc như chín con rồng vươn tới Thái Bình Dương. Trong tôi còn cất giữ, còn ôm ấp không biết bao nhiêu kỷ niệm đẹp với dòng sông ấy. Từ vùng đất giá lạnh Âu châu xa xôi, cứ mỗi lần có dịp đi đến và đứng bên các bờ sông, dù bất cứ nơi đâu trên trái đất – có thể là sông Elbe (Hamburg), sông Rhein (Koblenz), sông Seine (Paris), sông Donau (Budapest), sông Volga (Moskau-Nga), sông Nil (Cairo-Ai Cập), hay sông Hằng (Varanasi-Ấn)... lúc nào tôi cũng đều nghĩ về các con sông ở Việt Nam. Mười lần như chục. Mỗi lần như thế tôi đều nhận ra những ấn tượng mà mỗi con sông quê nhà để lại trong tôi qua các bài học lịch sử thời còn cắp sách đến trường. Sông Hồng dồn dập đi kèm theo bước chân hào hùng chống ngoại xâm gìn giữ bờ cõi của ông cha. Sông Bến Hải đau thương vì hơn một lần chia cắt hai miền đất nước. Sông Thu Bồn ấp ủ vùng đất cằn cỗi quê hương Quảng Nam. Sông Hương của xứ Huế mộng mơ, gió đưa cành trúc la đà v.v... Còn Cửu Long? Cửu Long hiền hòa như bà mẹ quê chỉ biết thương đàn con dại, thương không một điều kiện nào cả, thương đám con chỉ vì nó là con. Cửu Long mộc mạc như tấm lòng của người dân miền Tây. Cửu Long còn thơ mộng như mối tình của những chàng trai làng và các thôn nữ. Như lời nhạc của nhạc sĩ Phạm Duy:

Chiều buông trên giòng sông Cửu Long
Như một cơn ước mong, ơi chiều
(...)
Bởi vì đời còn nhiều khi thành thơ
Có khi vui lững lờ; Có khi tuôn sầu u
Bởi vì chiều buồn chiều về giòng sông
Bởi vì tình đời nào chỉ thù oán
Hãy cất tiếng ca cho đời thêm (ý) buồn

Hãy cất tiếng ca cho lòng thôi khô héo
(...)
Ngày mai sông về quê mến yêu
Cho trùng dương cũng theo hương chiều
Bể sầu không nhiều nhưng cũng (ư) đủ yêu. [1]

Có phải vì vậy mà người Khmer gọi Mê Kông là Dòng Sông Mẹ? Tiếng Miên chữ "Mê" là "mẹ" còn "Kông" là "sông". Tại sao? Vì những chàng, những nàng có tên gọi "Buổi chiều Lục tỉnh" hay ham vui, hay dzô dzô ba xị đế, hay hò ơ dí dầu, hay đàn ca tài tử... Nhưng khi buồn quá thì những trò vui đó không khỏa lấp hết nỗi buồn, những chàng hay nàng "Chiều" mới tìm về với Cửu Long. Tâm sự với dòng sông. Yên lặng với dòng sông. Như chàng Tất Đạt của Hermann Hese đã về với dòng sông và lắng nghe dòng sông. Chỉ có dòng sông mới nghe, mới hiểu nỗi buồn của Chiều. Chỉ có dòng sông mới cho đi nhờ một khúc đường đưa người vượt qua cái đoạn buồn ấy. Gọi là "quá giang" – Bác ơi, cho tôi quá giang khúc đường.

Ngày xưa sao thơ mộng vậy. Bây giờ thì...

Bể sầu không nhiều, sao quá đìu hiu?

Ừ, sao thấy đìu hiu quá!

Nhớ da diết đám lục bình trôi trên sông Tiền, sông Hậu. Không biết giờ này chúng lưu lạc ở đâu?

---

[1] Phạm Duy: *Chiều Về Trên Sông*

Không đến
cũng chẳng đi

Đạo mà có thể diễn tả được
thì không phải là đạo vĩnh cửu bất biến;
Tên mà có thể đặt ra để gọi nó [đạo]
thì không phải là tên vĩnh cửu bất biến [1]

Lão Tử

[1]

Sự tuyệt diệu của nước nói không bao giờ hết.

Chẳng phải cụ Khổng đã có lần giật mình đó sao, lúc Ngài cùng học trò đứng nhìn dòng nước chảy rồi hoảng hốt: Thệ giả như tư phù bất xả trú dạ - Trôi chảy ngày đêm không ngừng nghỉ thế này ư?

Trí tuệ như cụ Khổng Khâu mà còn không rõ hết đầu đuôi, huống chi cỡ như mình. Nhưng chúng ta lại có may mắn là sinh sau cụ hơn 2.500 năm, khi khoa học đã mang đến cho ta một số phương tiện tân tiến. Biết bao nhiêu máy móc, dụng cụ khoa học kỹ thuật đã phát triển, đưa đời sống con người vượt qua nhiều chướng ngại để cuộc sống thêm phần thoải mái, dễ chịu hơn.

Tôi đã thử áp dụng những phương tiện hiện đại nhất của y khoa hiện nay để tìm hiểu xem Nước là gì? Trong nước chứa vật thể gì? Biết đâu chừng y khoa có thể khám nghiệm xem Nước của tôi đang bị bệnh gì đây.

Không thể đem cả thau nước đưa vào máy. Bởi lẽ khi chiếc "giường" nằm của bệnh nhân di chuyển thì nước sẽ đổ tràn ra ngoài, nên tôi đã nói các nhân viên dùng chai nước lọc để khám

---

[1] Lão Tử: *Đạo Đức Kinh.* Nguyễn Hiến Lê dịch và giảng luận

nghiệm. Nước đựng trong chai thì cũng giống như cả khối nước lớn trong thân thể con người được "đựng" trong các bộ phận tim gan phèo phổi... của cơ thể vậy thôi.

Vậy là tôi cho lập ngay hồ sơ bệnh lý "bệnh nhân" của tôi có tên là "Nước" họ là "Chai". Đưa bệnh nhân vào khám nghiệm ở 4 loại máy tân tiến nhất của y khoa thời nay là CT, MRI, XRAY và PET-CT. Dù đã phỏng đoán sơ bộ kết quả từ trước các cuộc khám nghiệm nhưng vẫn cho tiến hành. Khoa học mà, có tận mắt nhìn thấy kết quả thì mới tin. Trăm nghe không bằng một thấy.

Kết quả khám nghiệm, "Hội Đồng Y Khoa" đã nhóm họp và tuyên bố: KHÔNG THẤY GÌ CẢ. Bệnh gì kỳ lạ!

Trong lúc nói chuyện với những bác sĩ chuyên khoa ngành Radiology, chúng tôi phát hiện ra, hình chụp qua máy PET/CT thì thấy có rất nhiều dấu chấm với các màu sắc khác nhau trong đó (xem hình ở phần sau), chúng tôi phải tìm đến bác sĩ chuyên khoa Nuclear để hỏi. Ông bác sĩ trưởng của khoa này tức cười cho ý tưởng khám nghiệm của tôi và giải thích rằng, đó chính là những "hạt phóng xạ". Các hạt này có mặt khắp nơi trong không khí. Dễ sợ chưa, kể cả những hạt vi tế nhất như thế mà máy còn phát hiện được, duy chỉ có dấu chân của nước là vắng bặt.

Nhưng không. Không phải vậy. Máy khám nghiệm với cả những phương tiện tinh xảo hiện đại nhất không thấy. Nhưng chúng tôi thấy. Tôi nhìn thấy và anh, chị cũng nhìn thấy. Chúng ta thấy cái "Không" hiển hiện trước mắt. Ta thấy NƯỚC ở trong hình thể cái vỏ đựng của nó, nghĩa là cái chai nước. Chúng ta thấy nước trong ta, trong cái "khung" gọi là cơ thể con người.

Ô hô, cơ duyên nào đưa mình giẫm lên ngay dấu chân của Ngài A Nan ngày xưa. Câu chuyện này được ghi lại rành mạch trong Kinh Lăng Nghiêm. Xin mở ngoặc kể câu chuyện thú vị này ra đây trước đã.

Chuyện kể rằng: Một hôm, Đức Thế Tôn muốn dạy Ngài A Nan điều chi đó. Phật gọi ngài A Nan đến, đưa một tay lên rồi hỏi: "Này A Nan, ông có thấy không?" Tôn giả A Nan đáp ngay: "Bạch Phật, con thấy." Rồi Đức Phật rút tay lại, và hỏi: "Ông có thấy không?" Ngài A Nan thật thà nói: "Dạ thưa, con không thấy." Phật đằng hắng một tiếng rồi dạy tiếp: "A Nan, ông đã quên mình theo vật. Ta đưa tay lên là lúc đó thấy có tay. Khi ta rút tay lại là lúc đó thấy không có tay, chớ đâu phải không thấy."

Mình cứ theo thói quen, lúc nhìn thấy tay gọi là thấy, rút tay lại nói không thấy. Như vậy mình đã lầm. Mình tưởng cái tay là cái thấy. Cái thấy dù có tay hay không tay gì vẫn thấy.

Cũng như thế đối với cái nghe.

Cũng kinh Lăng Nghiêm. Khi Phật bảo ngài La Hầu La đánh một tiếng chuông "boong." Rồi hỏi Tôn giả A Nan: "Ông có nghe không?" Tôn giả A Nan đáp: "Dạ thưa, con nghe." Khi tiếng chuông vắng lặng, Phật lại hỏi: "Ông có nghe không?" Ngài A Nan đáp: "Thưa, con không nghe."

Phật lại nhắc Tôn giả: "Tiếng chuông có thì nghe có tiếng chuông. Tiếng chuông lặng thì nghe không có tiếng chuông, đâu phải không nghe?"

Hòa thượng Thanh Từ đã giảng thêm: "Chúng ta cứ nói không có tiếng chuông thì không nghe. Nghiệm ra chúng ta cũng như vậy. Đó là chúng ta đã lệ thuộc vào sắc trần, thanh trần. Có sắc trần gọi là có thấy, có thanh trần gọi là có nghe. Như vậy chúng ta không tự chủ chút nào hết. Cả ngày bị trói buộc bởi sáu trần (sắc, thanh, hương, vị, xúc, pháp), mà đã bị trói buộc thì Phật gọi đó là trầm luân. Nó lôi cuốn, nó dẫn dắt, nó làm chủ mình rồi. Cho nên giải thoát là giải thoát cái gì? Là giải thoát sáu trần, nghĩa là sống với sáu trần mà không bị lệ thuộc nó. Làm sao để không lệ thuộc nó? Tôi nói gần nhất như lỗ mũi của chúng ta, ngửi mùi thơm thì thích, còn ngửi mùi hôi thì ghét. Tai chúng ta nghe tiếng hay thì chịu, nghe tiếng dở thì tránh. Lưỡi cũng vậy, cái gì ngon chúng ta thích, cái gì dở không ưa. Như vậy cả ngày chúng ta thế nào? Cứ tìm những gì vừa ý với cái thấy, cái nghe, cái ngửi, cái nếm, cái xúc chạm v.v...”

Tìm được những thứ đó thì gọi là thỏa mãn, hạnh phúc...

●●●

Như vậy đó! Cũng như bây giờ, nước đang có mặt trong ta, có mặt khắp quanh ta. Khoa học nói cho ta biết, nước có mặt ít nhất trong 2/3 cơ thể con người. Vậy mà chúng ta thường hay quên nó vì không thấy, không nghe nó.

Nước hiện cũng ở quanh tôi, quanh anh chị. Nó ở ngay trang sách này mà ta đang đọc. Ở trong màn hình tôi đang nhìn, trong bàn phím máy computer tôi đang gõ, ở trong cái áo cái quần tôi đang mặc, trong bức tranh treo trên tường..., kể cả trong cái đinh đóng trên đó. Tôi không thấy nó vì tôi ít khi chịu khó nhìn kỹ để thấy nó. Nhưng có điều bây giờ tôi biết rất rõ rằng: không có nước thì cái thằng tôi này cũng không có; không có nước thì cũng không có anh, không có chị ngồi đó mà đọc trang sách này. Cái bàn, cái ghế, cái cây, cái đám mây ngoài kia... cũng không tuốt.

Ơn nước lớn biết chừng nào!

Đây là những kết quả tôi còn giữ lại trong “hồ sơ khám nghiệm” của một chai nước sạch qua bốn loại máy y khoa tân tiến đến thời điểm hôm nay (2019). Tôi thấy nước đang ở trong chai. Tôi cũng thấy luôn chỗ nước không ở trong chai.

a. Chai nước nhìn qua máy CT scanner, 256 lát cắt (Siemens)

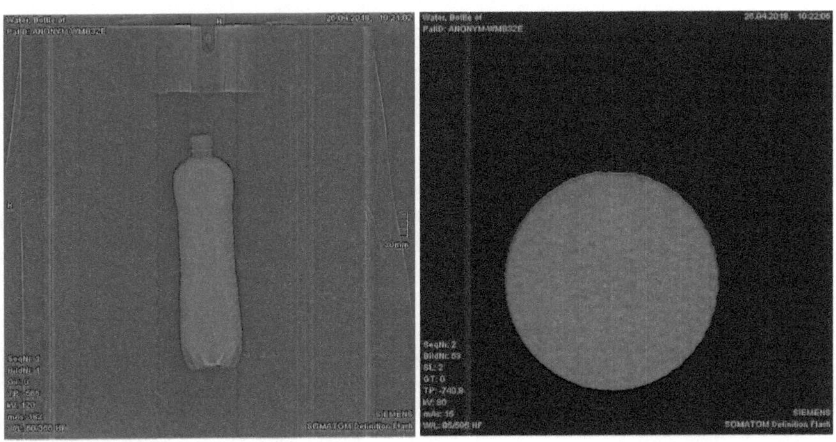

b. Chai nước nhìn qua máy MRI với 3 Tesla (Philips)

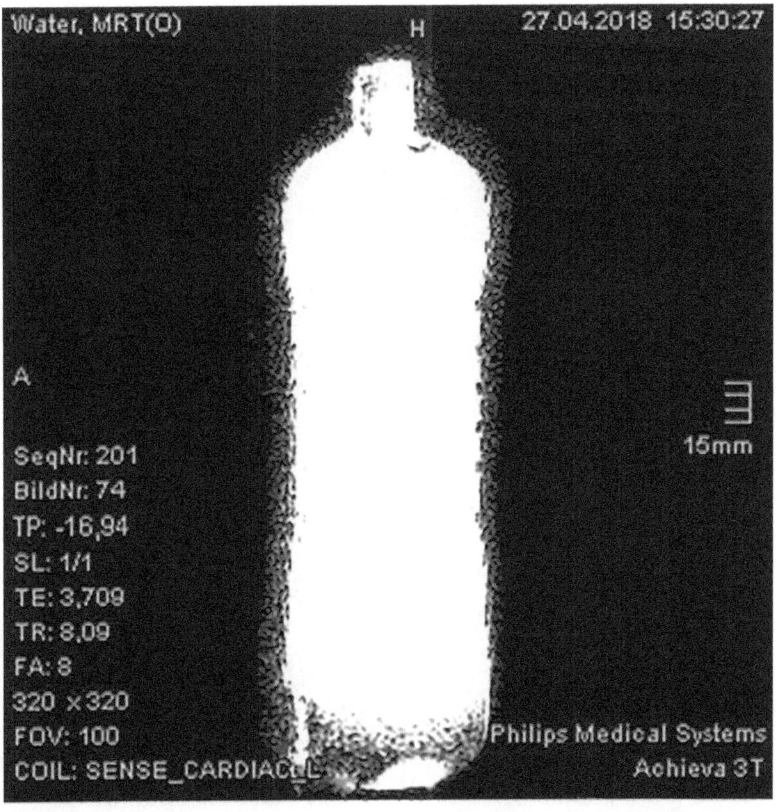

c. Chai nước nhìn qua máy XRAY (Carestream Health)

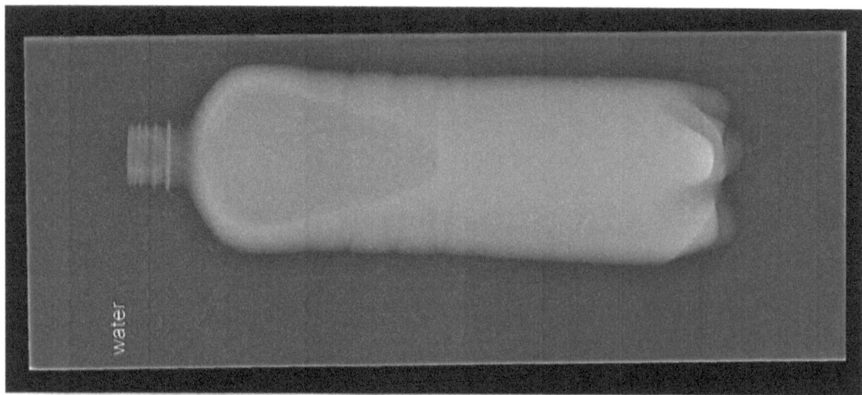

d. Chai nước nhìn qua PET/CT-Scanner (Biograph mCT 40 Siemens)

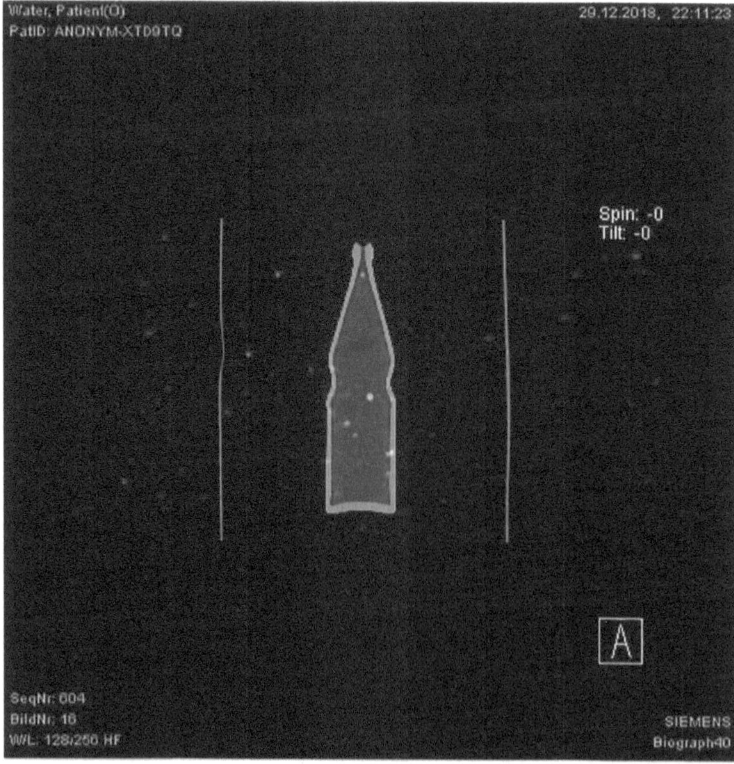

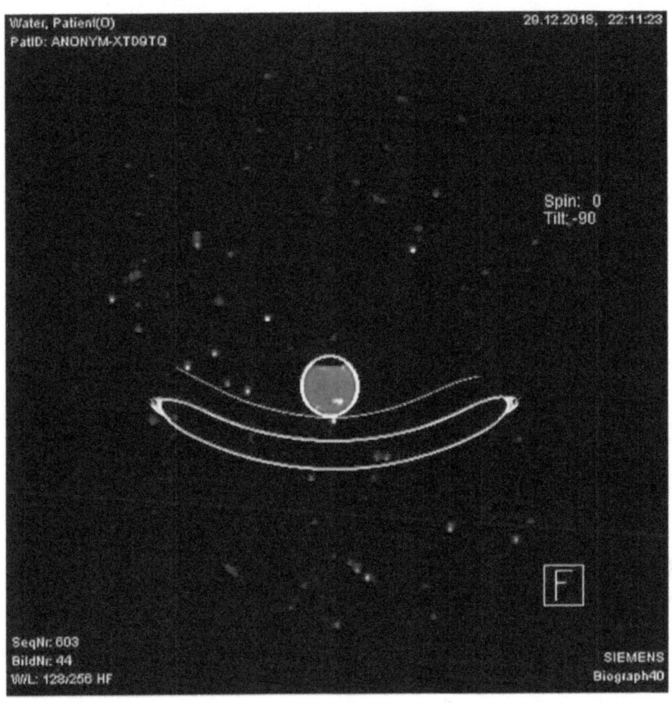

Xin lỗi, có phải tôi đang làm chuyện tào lao? Nếu đây chỉ là chuyện bệnh lý y khoa thì tìm bác sĩ là đúng. Nơi tôi đang làm việc số này nhiều lắm. Đằng này, chuyện ở đây không phải chỉ thuần túy y khoa. Lý ra, nếu muốn bàn thêm chuyện nhân sinh thì tôi phải đi gõ cửa Thiền gia. Còn chuyện thơ mộng cuộc đời thì phải tìm cho bằng được thi sĩ. May quá, tôi có một ông đại sư huynh rành sáu câu cả ba việc ấy. Đường sá quá xa xôi tôi không thể gởi "con bệnh" của tôi đi đến được. Nhưng cái "bệnh án" ấy ông anh tôi thừa biết, ông đã công bố một "Paper" viết ra từ lâu giấy trắng mực đen. Cũng không phải mất công đi tìm đọc trong PubMed của Y học mà chỉ tìm một tập thơ. Ôi, sao thi vị một tập thơ! Vì vậy xin mạn phép mượn bài thơ của thi sĩ, mà cũng là một giáo sư y khoa: Ông nhà-thơ-bác-sĩ-thiền-gia Đỗ Hồng Ngọc.

Bài thơ này nằm trong tập *"Thơ Ngắn Đỗ Nghê"* mà anh gởi tặng tôi, như đã nói ở phần đầu sách.

Nước[1]

Nước từ đâu đến
Nước trôi về đâu
Từ con suối nhỏ
Từ dòng sông sâu
Từ khe núi lở
Từ dưới nhịp cầu
Từ cơn thác lũ
Từ giọt mưa rơi
Nước đến từ đâu
Nước trôi về đâu
Từ cơn gió thoảng
Từ làn mây trôi
Từ hơi biển mặn
Từ phía mặt trời
Nước vẫn muôn đời
Không đi chẳng đến
Ai người nỡ hỏi
Nước đến từ đâu
Ai người nỡ hỏi
Nước trôi về đâu...

Paris, 1997
Thơ Đỗ Nghê (Đỗ Hồng Ngọc)

Xin học theo bài học này từ anh Đỗ, như bao nhiêu bài học tôi đã từng học được khi đọc các sách của anh.

Xin mạn phép chuyển gởi thông điệp của nước ấy đến các độc giả gần xa:

Nước vẫn muôn đời,
Không đi chẳng đến...

---

[1] Bài thơ này của bác sĩ Đỗ Hồng Ngọc đã được nhạc sĩ Khúc Dương phổ nhạc với tựa đề Kể Chuyện Trăng Tàn.

THƠ NGẮN ĐỖ NGHÊ

(Đỗ Hồng Ngọc)

Bản thảo 2017

Hai bài học rút ra
từ Đất & Nước

Tất cả nước uống mà bạn đã dùng;
Trải qua thời gian vô thủy cho đến hôm nay;
Đã không thỏa mãn cơn khát
hay làm bạn hài lòng (...)

Thánh thi Milarepa
(Tây Tạng)

Có một con cóc kia ngồi đáy giếng. Hôm nọ buồn quá và không ngủ được cóc ta ngửa mặt lên trời bỗng nhìn thấy mặt trăng lưỡi liềm đẹp quá. Ôi chao, ánh sáng trăng sao mà lại dịu hiền và tươi mát đến thế. Cố dõi theo bóng trăng cho đến khi trăng đã từ từ đi xa khỏi thành giếng. Cóc không còn thấy trăng nữa nhưng cóc biết chắc chắn rằng trăng vẫn đang ở đâu đó bên trên miệng giếng. Ở một nơi rất xa.

Cố gom hết sức bình sinh cóc tìm mọi cách nhảy ra khỏi thành giếng. Sau nhiều lần cố thử, bám vào các đám rong để có thể nhảy từng đoạn, nó cũng đạt ý nguyện, đã ra khỏi giếng sâu. Nhưng trăng đi đâu mất rồi. Nó chỉ thấy vầng sáng ở phía có sóng nước. Cóc cố lết đến nơi thì trời đã hừng sáng. Trăng còn đâu. Nhưng trời nào phụ kẻ hiền - là cóc. Hạnh phúc thay, không thấy trăng nhưng cóc gặp cả một đại dương mênh mông.

Cóc ấy là tôi. Đại dương ấy là hai bài học này đây. Xin ghi ra tặng bạn đọc.

[1]
Bài học "Cong và Thấp"

Lão Tử: Đạo Đức Kinh - Chương 22

曲則全，枉則直，窪則盈，敝則新，少則得，多則惑。

是以聖人抱一爲天下式。不自見故明，不自是故彰；不自伐，故有功；不自矜，故長。夫唯不爭故天下莫能與之爭。古之所謂曲則全者，豈虛言哉！誠全而歸之。

Âm Hán Việt

Khúc tắc toàn, uổng tắc trực, oa tắc doanh, tệ tắc tân, thiểu tắc đắc, đa tắc hoặc.

Thị dĩ thánh nhân bão nhất vi thiên hạ thức. Bất tự kiến cố minh bất tự thị cố chương; bất tự phạt, cố hữu công; bất tự căng cố trưởng (hoặc trưởng). Phù duy bất tranh cố thiên hạ mạc năng dữ chi tranh. Cổ chi sở vị khúc tắc toàn giả, khởi hư ngôn tai! Thành toàn nhi qui chi.

Dịch nghĩa

Cong [chịu khuất] thì sẽ được bảo toàn, quẹo thì sẽ thẳng ra, trũng thì sẽ đầy, cũ nát thì sẽ mới, ít thì sẽ được thêm, nhiều thì sẽ hóa mê.

Vì vậy mà thánh nhân [thánh ở đây hiểu theo quan niệm của Lão] ôm giữ lấy đạo [nhất đây là đạo] làm phép tắc cho thiên hạ. Không tự biểu hiện cho nên mới sáng tỏ, không tự cho là phải cho nên mới chói lọi, không tự kể công cho nên mới có công, không tự phụ cho nên mới trường cửu [hoặc hơn người]. Chỉ vì không tranh với ai cho nên không ai tranh giành với mình được.

Người xưa bảo: "Cong thì sẽ được bảo toàn", đâu phải hư ngôn! Nên chân thành giữ vẹn cái đạo mà về với nó.

Chương 66

江海所以能爲百谷王者，以其善下之，故能爲百谷王．是以聖人欲上民，必以言下之；欲先民，必以身後之．是以聖人處上而民不重；處前而民不害．是以天下樂推而不厭．以其不爭，故天下莫能與之爭．

Âm Hán Việt

Giang hải sở dĩ năng vi bách cốc vương giả, dĩ kì thiện hạ chi, cố năng vi bách cốc vương. Thị dĩ thánh nhân dục thượng dân, tất dĩ ngôn hạ chi; dục tiên dân, tất dĩ thân hậu chi. Thị dĩ thánh nhân xử thượng nhi dân bất trọng; xử tiền nhi dân bất hại. Thị dĩ thiên hạ lạc thôi nhi bất yếm. Dĩ kì bất tranh, cố thiên hạ mạc năng dữ chi tranh.

Dịch nghĩa

Sông biển sở dĩ làm vua trăm khe lạch (là nơi qui tụ của mọi khe) vì khéo ở dưới thấp nên làm vua trăm khe lạch. Vì thánh nhân muốn ở trên dân thì phải nói lời khiêm hạ, muốn ở trước dân thì phải lùi lại sau. Vì vậy thánh nhân ở trên mà dân không thấy nặng cho mình [không có cảm giác gánh vác trên vai], ở trước mà dân không thấy hại cho mình; vì vậy thiên hạ vui vẻ đẩy thánh nhân tới trước mà không chán. Không tranh với ai cho nên không ai tranh giành với mình được.[1]

[2]

"Bà Mẹ Mặt Đất Điêu Linh"

Xin dẫn lời của Hòa Thượng Thích Phước An viết trong một tác phẩm.[2]

---

[1] Nguyễn Hiến Lê: Lão Tử, Đạo Đức Kinh. NXB Văn Hóa Văn Nghệ, 2017

[2] Thích Phước An: Kinh Địa Tạng - Bà Mẹ của mặt đất điêu linh, trong tác phẩm Đức Phật trên Cõi Phù Du. NXB Hồng Đức, 2012

"...Riêng tôi mỗi lần đọc lên các vị Thần có tên là Thần Sông, Thần Núi, Thần Rào, Thần Suối, Thần Lúa... thì tôi luôn có cảm tưởng là tâm hồn mình như có cái gì dịu lại và mặt đất này bớt đi khô cằn và trơ trọi.

(...)

"Kinh Địa Tạng (Kstigarbhaprani Dhāna Sutra) được Ngài Thực Xoa Nan Đà dịch sang tiếng Hán dưới đời nhà Đường của Trung Quốc. Lúc đó, Việt Nam ta còn lệ thuộc Trung Quốc, nhưng chắc chắn không phải vì ảnh hưởng Kinh Địa Tạng mà dân tộc Việt mới biết tục thờ cúng các Thần Cây, Thần Đất... mà chắc chắn sự thờ cúng này đã xảy ra trước đó rồi. Vậy ta có thể xem đây như là sự đồng thanh tương ứng của văn hóa dân tộc Việt với các nền văn minh lớn của nhân loại vào thời đó chăng?

"Và thông điệp của các nền văn minh lớn đó là gì?

"Có thể mượn câu nói sau đây của Dịch truyện: *Thiên địa chi đại đức viết sinh - Cái đức lớn nhất trong trời đất là nguồn sống.*

"Vậy là ta có thể kết luận giản dị như thế này, rằng:

"Chúng ta đừng vì sự sống của mình mà nhẫn tâm chà đạp và hủy diệt mọi sự sống khác trên mặt đất này."

Lời Bạt - Nguyễn Minh Tiến

Bác sĩ, nhà thơ Đỗ Hồng Ngọc viết lời giới thiệu tập sách này như những lời tâm sự, bày tỏ chỗ tâm đắc của anh với *"một cõi lòng"* của tác giả Văn Công Tuấn. Và anh gọi đó là *chút "thốn tâm"*...

Một nhà thơ họ Đỗ khác, xa lắc xa lơ từ thế kỷ 8, ông Đỗ Phủ (712-770) từng viết:

Văn chương thiên cổ sự,
Đắc thất thốn tâm tri.

文章千古事，

得失寸心知。

Tôi tạm dịch nôm na:

Văn chương là chuyện muôn đời,
Dù được dù mất, cõi lòng biết thôi!

Tôi mượn luôn chữ *"cõi lòng"* để dịch chữ *"thốn tâm"*, vì cũng như anh Đỗ Hồng Ngọc, tôi thích chữ này, cho dù hiểu sát nghĩa thì phải là *"tấc lòng"*. Nói cho cùng, *"cõi lòng"* thì dường như mênh mông hơn một *"tấc lòng"*, và có như vậy mới chuyên chở hết được những gì Văn Công Tuấn muốn nói cùng chúng ta qua tập sách này.

Dù vậy, tôi vẫn chưa tin hẳn khi anh thưa, chứ không phải nói, từ đầu sách rằng: *"Nó không phải là công trình khảo cứu (dù có khi phải trưng dẫn vài con số), cũng chẳng là tác phẩm văn học. Nó chỉ là một cõi lòng."* Ừ, thì cứ cho là anh nói đúng, *chỉ là một cõi lòng*, nhưng sao ta có thể tin được rằng *"một cõi lòng"* này không phải là một tác phẩm văn chương? Vì thế, dù không dám quên lời nhắc nhở của anh Đỗ Hồng Ngọc rằng *"hãy đọc từ một cõi lòng"*, tôi vẫn còn đôi chút phân vân.

Đọc *"từ một cõi lòng"* có nghĩa là hãy đọc và cảm nhận bằng con tim, và theo lời thi hào Đỗ Phủ thì *"đắc thất thốn tâm tri"*, nên chỉ sự cảm nhận bằng con tim ấy mới có thể biết được giá trị muôn đời của văn chương. Nhưng tôi không tin là Văn Công Tuấn lại muốn tác phẩm này của anh để giá trị cho muôn đời sau. Tôi tin rằng anh rất muốn và cần tất cả chúng ta – những người đọc - phải nhận biết được những gì anh chuyển tải qua tác phẩm này ngay hôm nay, trong chính môi trường mình đang sống. Đợi đến muôn đời sau thì muộn quá rồi! Và vì vậy, đọc sách của anh với con tim là điều cần thiết nhưng dường như chưa đủ.

Cho nên, tôi muốn đọc sách này của anh không chỉ với con tim mà còn bằng cả khối óc hạn hẹp của tôi!

Nhìn từ một góc độ, tác phẩm này quả thật là *"một cõi lòng"* của Văn Công Tuấn. Cái cõi lòng mênh mông yêu đời thương người ấy luôn bàng bạc trong từng câu chữ đến mức quá hiển nhiên không sao phủ nhận được. Nhưng từ một góc độ khác, có thể thấy sách này cũng là kết tinh của rất nhiều nỗ lực công phu và trí não. Chỉ cần nhìn vào thư mục tham khảo cũng đủ thấy anh đã phải *"ngốn"* hết bao nhiêu sách vở để có thể viết nên tác phẩm này, chưa nói đến số vốn tri thức *"tự có"* hết sức phong phú của riêng anh được thể hiện rõ rệt trong nhiều lãnh vực. Tôi không muốn dùng chữ uyên bác ở đây vì quá biết rõ tính khiêm hạ của anh, nhưng quả thật không thể phủ nhận được sự *"đi nhiều biết rộng"* của tác giả qua từng vấn đề được nêu ra trong sách. Hơn thế nữa, với những khảo sát chi ly, những dẫn chứng thuyết phục, những so sánh cụ thể và thích hợp, những dữ liệu được thu thập từ nhiều nguồn khác nhau trải dài qua thời gian lâu xa và không gian rộng khắp, chúng ta biết chắc rằng anh không tùy tiện nêu lên những vấn đề quan trọng trong sách này chỉ như một cảm xúc nhất thời. Ngược lại, cách trình bày của anh cho ta thấy một sự trăn trở, thôi thúc đã từ lâu, nên khi anh *"xâu chuỗi lại những suy tư và nỗi niềm"* của anh thì chúng ta thật may mắn có được tác phẩm giá trị này.

Không chỉ là những kiến thức khoa học hàn lâm hay kinh nghiệm dân gian được anh vận dụng nhuần nhuyễn và trình bày thích hợp, mà xuyên suốt và bao trùm lên toàn bộ nội dung tập sách, người đọc còn dễ dàng nhận ra những lời dạy của đức Phật được anh nhận hiểu thấu đáo và áp dụng thành giải pháp thực tiễn cho từng vấn đề. Hơn thế nữa, cách thức mà anh dùng để khơi dậy sự đồng cảm của người đọc đối với các vấn nạn môi trường không chỉ đơn thuần là lý luận hay chê trách, mà chính là tình thương yêu bao la đối với đồng loại cũng như với mọi sinh vật đồng cư trên trái đất này. Trong 16 bài viết, tôi chỉ thấy anh bốn lần rơi nước mắt, nhưng tôi lại dường như cảm nhận được dòng nước mắt thương cảm đó của anh đã chảy dài từ đầu sách đến cuối sách. Cảm xúc này rất thật khi anh vẽ ra trước mắt người đọc hình ảnh các nạn nhân đã và đang gánh chịu những thảm họa môi trường bằng ngòi bút chất chứa đầy từ tâm, nhân ái. Và hơn thế nữa, anh thật từ hòa nhưng không thiếu phần quả quyết khi chỉ ra rằng mỗi chúng ta đều đã và đang góp phần gây nên thảm họa. Đây chính là giải pháp cho mọi vấn đề, bởi khi mỗi cá nhân còn chưa nhận lãnh phần trách nhiệm về mình thì mọi sự hô hào cứu lấy môi trường như hiện nay đều là vô ích. Và nền tảng mà Văn Công Tuấn đã dựa vào để đi đến giải pháp này không gì khác hơn chính là lòng vị tha, là tâm từ bi theo lời Phật dạy.

Tôi tin rằng sự phổ quát của tác phẩm sẽ đến với người bình dân cũng như hàng trí thức, người ít học cũng như giới nghiên cứu, bởi bất kỳ ai trong chúng ta cũng đều đang đối mặt với những tổn thất nặng nề mà nhiều năm qua cả nhân loại này đã gây ra cho ngôi nhà trái đất. Và giải pháp cho vấn đề không chỉ đến từ các bàn hội nghị quốc tế hay trong nội các của những chính phủ đang cầm quyền, mà còn phải đến từ việc mỗi chúng ta biết vặn nhỏ hơn vòi nước lúc rửa tay hay theo dõi thật kỹ càng đường đi lối về của những bà Ny-lon, những ông Mủ nhựa... Độc giả của sách chắc chắn sẽ nhận ra được điều này và nhiều điều khác nữa...

Nhà Phật dạy rằng, từ bi và trí tuệ như đôi cánh của một con chim, thiếu một trong hai thì chim không bay được. Cũng vậy, người học Phật phải có đủ từ bi và trí tuệ thì mới có thể hành xử tự lợi và lợi tha, mới có thể cứu mình và cứu người, để cuối cùng mới có thể tự giải thoát cho mình và giải thoát cho người khác.

Mặt khác, khi ta có một tình thương đủ lớn, ta sẽ có khả năng nhận thức vấn đề một cách đúng thật và giải quyết được theo cách hiệu quả nhất. Cho nên, lòng từ bi sẽ dẫn sinh trí tuệ. Ngược lại, khi có một trí tuệ đủ sáng suốt ta sẽ luôn nhận thức được mọi vấn đề trong tương quan toàn cảnh, một là tất cả và tất cả là một. Không thể có bất kỳ giải pháp tốt đẹp nào chỉ riêng cho một cá thể trong toàn cảnh, bởi sự sinh tồn là chung cho tất cả và sự diệt vong cũng sẽ không loại trừ ai. Do vậy, khi nhận thức đúng về thực tại sẽ dẫn sinh một tình thương rộng lớn đối với muôn người, muôn loài. Đó là từ bi.

Văn Công Tuấn đã xây dựng tác phẩm này trên nền tảng từ bi và trí tuệ. Anh đã viết từ *"một cõi lòng"* quan tâm đến đồng loại, đến muôn loài, đó là tâm từ bi rộng lớn. Anh đã nỗ lực hết sức công phu trong việc thu thập dữ liệu và khéo léo trình bày các vấn đề theo một cung cách khoa học và hiệu quả, đầy tính thuyết phục, đó là trí tuệ. Vì có đủ đôi cánh từ bi và trí tuệ nên tôi chắc rằng tác phẩm này của anh sẽ vươn cao bay xa.

Bây giờ thì tôi không còn phân vân nữa. Tôi hiểu rằng dù đọc tác phẩm này từ một cõi lòng hay bằng phân tích lý luận thì kết quả cuối cùng vẫn là sự cảm nhận một tình thương bao la và tri thức mênh mông hàm chứa trong từng câu chữ. Ta có thể đến với Văn Công Tuấn bằng con tim hay khối óc. Dù bằng cách nào, với sự chân thành thì ta đều có thể hiểu được anh.

Và tôi muốn kết thúc lời bạt này bằng cách nói của chính anh trong tác phẩm: *Sách ngắn quá, đọc xong vẫn thấy thèm.* Khi nào có dịp gặp anh, chắc chắn tôi sẽ "xúi" anh viết thêm một vài quyển nữa!

Nguyên Minh Nguyễn Minh Tiến

Westminster, California
Tháng 7 / 2019

THƯ MỤC THAM KHẢO

(theo thứ tự ABC tên tác giả)

Sách Đức ngữ:

- Mojib Latif: *Das Ende der Ozeane, Warum wir ohne die Meere nicht überleben werden.* Verlag Herder, 2014.

- Gotthilf Hempel, Kai Bischof & Wilhelm Hagen; Hrsg.: *Faszination Meeresforschung.* Springer Verlag, 2017.

- Klaus Lanz: *Das Greenpeace Buch vom Wasser.* Naturbuch Verlag, 1995.

- Solvin Zankl & Lars Abromeit: *Ozeane, Expedition in unerforschte Tiefen.* Springer Verlag, 2013.

- Hawking, Stephen & Mlodinnow, Leonard: *Der Grosse Entwurf, eine neue Erklärung des Universums*, Rowohlt Taschenbuch Verlag, 2018.

- *Tuần Báo Die Zeit.* Zeit Verlag Hamburg.

Sách Việt ngữ:

- *Trung Bộ Kinh.* Hòa Thượng Thích Minh Châu phiên dịch.

- Bravermann, Arthur tuyển chọn – Thái An dịch: *Bùn và Nước, tuyển tập các bài giảng của Thiền sư Nhật bản Basui*, NXB Văn Hóa Thông Tin, 2014 .

- Bùi Giáng: *Giảng luận về Tản Đà Nguyễn Khắc Hiếu.* NXB Tân Việt. Ghi lại theo Audiobook, Hướng Dương đọc.

- Bùi Giáng: *Mưa Nguồn.* NXB Hội Nhà Văn, 1993.

- Cao Huy Thuần: *Đến với Phật Cùng Tôi.* NXB Hồng Đức 2016.

- Cao Huy Thuần: *Nắng và Hoa.* NXB Văn Hóa Văn Nghệ, 2013.

- Đỗ Hồng Ngọc: *Thơ Ngắn Đỗ Nghê.* NXB Tổng Hợp TPHCM, 2018.

- Đỗ Hồng Ngọc: *Như Thị*. NXB Văn Nghệ, 2006.

- Đức Đạt Lai Lạt Ma, Lê Tuyên dịch: *Vũ trụ trong một nguyên tử đơn. Điểm giao hòa giữa khoa học và tâm linh*. NXB Tổng Hợp TPHCM, 2007.

- Đức Đạt-lai Lạt-Ma & Sofia Stril-Rever. Hoang Phong chuyển ngữ: *Hãy làm một cuộc cách mạng, lời kêu gọi tuổi trẻ của Đức Đạt Lai Lạt Ma*. NXB Hà Nội, 2019.

- Kunga Rinpoche (Lama) & Brian Cutillo, Tha Nhân dịch: *Uống dòng suối núi*. NXB Thế Giới , 2019.

- Khải Đơn: *Mekong Phù sa phiêu bạt*. NXB Văn Học, 2018.

- Mark Kurlansky. Frank Stockton minh họa. Lê Nhật Thắng dịch. *Khi loài cá biến mất*. NXB Thế Giới, 2016.

- Masaru Emoto – Thanh Huyền dịch. *Bí mật của Nước*. NXB Lao Động, 2016.

- Ngô Trọng Thuận và Vũ Văn Tuấn: *Nước và con người*. NXB Tài nguyên Môi trường và Bản đồ Việt Nam, 2017.

- Nguyễn Hiến Lê: *Bài học Do Thái*. NXB Duy Tuệ, 1974.

- Nguyễn Hiến Lê: *Mười câu chuyện Văn chương*. NXB Văn Học, 2009.

- Nguyễn Hiến Lê: *Lão Tử, Đạo Đức Kinh*. NXB Văn Hóa Văn Nghệ, 2017.

- Nguyễn Minh Tiến: *Hạnh phúc là điều có thật*. NXB Văn Hóa Thông Tin, 2007.

- Nguyễn Ngọc Tư: *Cánh Đồng Bất Tận*. NXB Trẻ, 2005.

- Satomi Myodo – Nguyên Phong phóng tác. *Hoa trôi trên sóng nước, Journey in the search of the way*. NXB Tổng Hợp TPHCM, 2019.

- Ông Sử Liệt & Trương Khánh Lân – Nguyễn thị Thu Hằng dịch: *Năng lượng nước*. NXB Bách Khoa Hà Nội, 2017.

- Petranek, Stephen – Phương Anh dịch: *Cà phê trên Sao Hỏa*. NXB Lao Động, 2017.

- Seth M. Segel; Nguyễn Đức Hưng, Nguyễn Đắc Lộc và Nguyễn Anh Tuấn dịch: *Con đường thoát hạn, Giải pháp Israel cho một thế giới khát nước*. NXB Thế Giới, 2016.

- Thích Phước An: *Đức Phật trên Cõi Phù Du*. NXB Hồng Đức, 2012.

- Thích Như Điển: *Có và Không*. TTVHXHPGVN tại CHLB Đức, 2000.

- Thích Chơn Thiện: *Hoa Ngọc Lan*. NXB Thành phố Hồ Chí Minh, 1998

- Trần Đức Tuấn: *Đi dọc dòng sông Phật giáo*. NXB Hà Nội, 2019.

- Trịnh Xuân Thuận - Phạm Văn Thiều và Phạm Việt Hưng dịch: *Sự Đầy của cái Không* – La Plesnitude du Vide. NXB Trẻ, 2018.

- Trương Khánh Lân: *Năng Lượng Nước*. NXB Bách Khoa Hà Nội, 2017.

- Văn Công Tuấn: *Cổ Thụ Lặng Bóng Soi*. NXB Tôn Giáo, 2016.

- Văn Công Tuấn: *Hạt nắng Bồ Đề*. NXB Lao Động, 2018.

Mạng Internet:[1]

- https://pgvn.org/p_hx4nfw

- https://pgvn.org/t_palrm6

- https://vi.wikiquote.org/wiki/

- https://pgvn.org/0_7u2qeb

- https://www.thivien.net

---

[1] Các link rút gọn sử dụng công cụ hỗ trợ an toàn của https://pgvn.org - Trang công cụ hỗ trợ rút gọn link đầu tiên của Phật giáo.

PHỤ LỤC: ĐÔI ĐIỀU CẢM NHẬN

HÒA THƯỢNG THÍCH NHƯ ĐIỂN

Đọc sách "Chớ quên mình là Nước" của Nguyên Đạo Văn Công Tuấn

Sau những ngày Đại Lễ tại chùa Viên Giác Hannover được tổ chức từ ngày 27 đến 30 tháng 6 năm 2019 vừa qua, tôi vẫn chưa khởi động lại việc làm như đọc sách hay tham cứu v.v… Tuy nhiên khi nhận được bản thảo *Chớ quên mình là nước* của Nguyên Đạo Văn Công Tuấn tôi đã đọc một mạch hết 147 trang A4 trong niềm an vui và đồng cảm với tác giả về nhiều phương diện.

Tác giả là một Phật Tử thuần thành, nên nói gì thì nói, viết gì thì viết, cũng không ra ngoài lời Phật dạy. Mặc dầu trong những chương chứng minh có dùng đến toán học, khoa học, môi trường v.v… nhưng ở góc độ nào thì Nguyên Đạo Văn Công Tuấn cũng cho thấy lời dạy của Đức Phật vượt trên cả khoa học, đã chứng minh về những lẽ có, không, hữu biên và vô biên v.v… Và điều này thì nhà Bác học Albert Einstein cũng đã từng nói: *"Phật Giáo không cần khẳng định tính cách khoa học của mình, vì tất cả lời Phật dạy đều vượt lên khỏi sự chứng minh của khoa học rồi."* Hoặc giả nhà Bác học Stephen Hawking cũng đã chứng minh là: *"Thời gian không có điểm bắt đầu và cũng không có điểm cuối cùng."* Họ là những người đã lặp lại lời Phật dạy cách đây hơn 2.563 năm về trước.

Tất cả 16 chương, hầu như chương nào cũng có đề cập đến nước và Nguyên Đạo đã tha thiết với nước còn hơn hơi thở của mình, mong rằng mọi người nên trân quý nước, dầu ở bất cứ thời gian, không gian hay hoàn cảnh nào, để bảo vệ môi trường sống trên quả đất này cho được tươi mát hơn. Lúc tôi dịch quyển "Phật nói luận A Tỳ Đàm về việc thành lập thế giới" từ trong Đại Chánh Tân Tu Đại Tạng Kinh, tôi đã thấy và rõ biết là Đức Phật đã chỉ cho chúng ta, mọi ngọn ngành đều bắt đầu từ hơi nước và tứ đại bắt đầu hình thành cũng từ đó, và cuối cùng chúng ta cũng sẽ bị nước cuốn trôi khi con người không còn hiện hữu trên hành tinh này nữa.

Tôi thích bài *"Thề Non Nước"* của Cụ Tản Đà Nguyễn Khắc Hiếu. Bài này tôi học thời Trung học ở Việt Nam và nay vẫn còn thuộc nằm lòng. Hôm nay đọc thêm lời bình của Thi sĩ Bùi Giáng, tôi lại còn rõ nghĩa nhiều hơn ở bài thơ này. Dĩ nhiên là mỗi người sẽ có một phong cách khác nhau để nhìn, đánh giá về thơ và văn học, nhưng tất cả đều không thể tách rời khỏi nhân duyên và nghiệp thức. Do vậy, sự hiểu của anh không phải là sự hiểu của tôi. Chỉ có chân lý mới là điều không có cũng không không, không còn cũng không mất, còn chúng ta chỉ là những hiện tượng tương đối trong cuộc đời này mà thôi.

Tôi muốn viết thêm nữa, nhưng vài lời thô thiển nhận định như vậy của tôi hẳn cũng không làm tăng thêm nhiều giá trị cho tác phẩm vốn đã rất hay này. Chỉ muốn nói thêm rằng, dù nước sông Hằng hay sông Mê Kông, sông Nils hay sông Dương Tử cũng vậy thôi, khi thân dơ thì có thể lấy nước để tẩy rửa, nhưng khi tâm bị ô nhiễm thì chỉ có thể dùng sự sám hối mới gột rửa được. Ngày nay, với những sự thật đau lòng mà Nguyên Đạo Văn Công Tuấn đã nêu ra trong tác phẩm này, tất cả chúng ta nên sám hối lỗi lầm của mình, vì chúng ta đều đã vô tình hay cố ý làm cho Mẹ của Đất hay Nước của Sông bị vẩn đục. Hãy nhận ra điều này thì sẽ thấy được chân lý của cuộc sống.

Thích Như Điển

Phương Trượng Tổ Đình Viên Giác
Hannover Đức Quốc.
Viết xong vào lúc 17 giờ
ngày 3.7.2019
tại Thư phòng chùa VG.

Lời Nhắn Phương Xa

Trong 16 bài viết của tập sách này, có lẽ bài Du Ký Chiếc Bình Bát là bài đã khiến tôi nghĩ nhiều về Văn Công Tuấn.

Dù anh đã học và làm việc tại nước Đức gần 4 thập niên qua, nhưng dường như lúc nào anh cũng cảm thấy thiếu thốn một cái gì đó nơi đất nước được gọi là văn minh tiến bộ hàng đầu của Âu châu này.

Anh nhớ màu nắng của đất trời Ấn Độ, nhớ nhất là ngôi làng nghèo khổ gần Bodh Gaya. Ngôi làng mà cách đây trên 25 thế kỷ đã từng "chứng kiến những bước chân của Sa môn Gotama". Anh rủ một thanh niên đã sanh ra tại làng này cùng anh đi tìm lại những nơi còn được lưu truyền trong kinh sách. Chẳng hạn, đây là nơi mà mục nữ Sujata đã dâng cúng bát sữa, còn kia là nơi người Bà La Môn cúng bó cỏ Kusa. Và tất nhiên anh cũng không quên tìm đến bên dòng sông Ni Liên Thuyền để xác định nơi Sa Môn Gotama đã quăng bình bát xuống dòng sông, khẳng định sẽ tìm ra chân lý v.v...

Nghĩa là theo lời anh, "...nơi nào chúng tôi cũng đứng yên lặng tại địa điểm rất lâu. Mỗi người chìm đắm trong suy nghĩ của mình."

Trong tập sách này anh đã bắt đầu bằng mấy câu thơ của Bùi Giáng, nên tôi cũng xin chép tặng anh 4 câu nữa cũng của Bùi Giáng:

Tìm theo dấu chân người xưa tư lự
Ở bên đường ngóng dõi khánh vân bay
Mờ con mắt một lần lên tiếng thử
Em ồ em anh nói một lời này

● ● ●

Tôi nhớ có đọc đâu đó nói rằng, ngày nào trên đời này còn có người đi tìm kiếm ý nghĩa cho cuộc đời, thì ngày ấy cuộc đời vẫn còn tươi đẹp, vẫn tràn đầy thơ và mộng, phải không người bạn tận thuở anh niên?

Thích Phước An

Đồi Trại Thủy, Nha Trang
Tháng 7. 2019

LƯƠNG NGUYÊN HIỀN

Đọc sách "Chớ quên mình là nước"

Hôm nay tôi mới đọc xong cuốn "Chớ quên mình là nước" của tác giả Văn Công Tuấn. Như hai cuốn sách trước mà tôi đã đọc qua, "Hạt nắng bồ đề" và "Cổ thụ lặng bóng soi, dấu ấn những bậc thầy" do anh viết, văn phong của Văn Công Tuấn trước sau như vậy. Tôi vẫn thích lối văn của Văn Công Tuấn, anh viết không gò bó, viết một lèo như mình nghĩ, như ngồi bên nhau kể một câu chuyện, đơn giản như vậy thôi mà lại thành sách. Sách lại có giá trị, để người đọc suy ngẫm, hay nói theo kiểu thời thượng, là phải tư duy để chuyển hóa mình. Đó là điều thành công của Văn Công Tuấn. Bởi anh viết từ "cõi lòng" của mình.

Cuốn sách "Chớ quên mình là nước" là một Tạp-/ Khảo luận về nước như anh đã viết. Nhưng tôi thấy chẳng "Tạp" chút nào, đây là những công trình khảo cứu sâu sắc, kỹ lưỡng, nhiều tài liệu, về nhiều vấn đề liên quan đến nước, đến môi trường chung quanh, đến thiên nhiên và cuối cùng là đến sự sống còn của con người. Nước chiếm đến 2/3 địa cầu, nên rất dơn giản như 1+1= 2, một khi nước không còn nữa, thì thiên nhiên cũng không còn và loài người cũng không có lý do để còn tồn tại.

Viết về vấn đề bảo vệ môi trường là điều khó vì dễ gây nhàm chán, bởi nó bị gò bó trong một số công thức, một số định luật nhất định. Nhưng dưới ngòi bút của Văn Công Tuấn, người đọc không cảm nhận như vậy, anh dẫn người đọc vào vườn thơ của Bùi Giáng, của Tản Đà,... Nhắc lại lời "Thề non nước", "Nước non nặng một nhời thề". Anh còn dẫn đi thăm nhà khoa học Thales xứ Milet (sinh năm 625 TCN), cha đẻ của toán học, cả ngàn năm trước Thales đã nhận ra được quan trọng của nước: "Không có gì có thể xuất phát từ không có gì, tất cả xuất phát từ nước rồi sẽ trở về nước". Và còn nhiều đề tài hấp dẫn khác trong 16 bài viết ngắn của anh. Nhưng trên tất cả, đến giờ tôi vẫn không quên khi đọc bài của Văn Công Tuấn, viết về dòng sông Cửu Long (Mê Kông) với 9 con rồng, mà người Khmer gọi là dòng sông Mẹ, nay chỉ còn 7 con. 2 con rồng còn lại, một con (cửa Bát Sắc) đã biến mất từ lâu, còn con thứ hai là sông Ba Lai ở Hậu Giang sắp chết cạn. Tôi không ở miền nam Việt Nam nhiều, nhưng cảm nhận được nỗi đau mất mát lớn lao của người dân ở đó.

Sách "Chớ quên mình là nước", có thể xem như một tiếng kêu cứu cuối cùng trước khi quá trễ, trước khi trái đất bị lạm dụng quá mức đến mất đi sức phục hồi của nó. Tác giả viết "Bây giờ không phải là vấn đề nhận thức mà là vấn đề luân lý, đạo đức và trách nhiệm". Và cuối cùng anh tha thiết: "Xin cùng nhau bắt tay ngay cứu hành tinh của chúng ta" .

Lương Nguyên Hiền

(Đức quốc - Tháng 7/2019)

LỜI CUỐI SÁCH - Nguyễn Hiền Đức

DUYÊN HỘI NGỘ QUA MỘT QUYỂN SÁCH

Trong bài "DUYÊN" (sách Hạt Nắng Bồ Đề), Văn Công Tuấn kể lại những cái duyên dẫn đến việc vợ chồng anh xuống tóc gieo duyên tại Bồ Đề Đạo Tràng đã làm tôi liên tưởng đến những cái *"duyên"* của tình-anh-em hội ngộ qua cuốn sách *Chớ Quên Mình Là Nước* này. Anh em chúng tôi gồm Đỗ Hồng Ngọc, Nguyễn Hiền-Đức, Văn Công Tuấn và Nguyễn Minh Tiến. Tôi nhớ và ghi lại đôi điều như sau.

Tôi vẫn nghĩ, từ khi *"nghiền ngẫm"* *Thơ Ngắn Đỗ Nghê* được anh Đỗ Hồng Ngọc gửi tặng, Văn Công Tuấn như viết nhanh hơn, hăng say hơn, dường như có một sự thôi thúc nào đó. Từ việc chọn nhan đề sách, viết Lời Thưa… và tất cả. Tôi cảm nhận được sự quý mến, trân trọng và chân thành của Văn Công Tuấn đối với Anh Đỗ Hồng Ngọc. Và rồi khi nhận được *Lời tựa* do anh Ngọc viết, Văn Công Tuấn đã hồi âm với tất cả sự vui mừng:

Kính Anh, [Đỗ Hồng Ngọc]

"Em vô cùng xúc động được Ông Anh đoái hoài đến và nhanh chóng như vậy (dù đã được anh Hiền báo cho biết rằng anh rất bận - nên muốn Về thu xếp lại). Nói CÁM ƠN nghe như hơi vô lễ với tấm lòng ấy, nhưng em không biết làm sao nên cứ nói bừa vậy. Anh tha lỗi. Và cám ơn nhiều, nhiều, nhiều … nhiều lắm.

"Hôm qua em nhận được Email của anh lúc đang ở Chùa, [Chùa Viên Giác – Đức quốc] tìm một góc đọc vội và cười mãi. Một em trong GĐPT phát hiện, và nói sao chú cười hoài, đẹp vậy. Em nói: Học hạnh Phật Di Lặc đó cháu ơi.

"Em sẽ lo tiếp để tác phẩm xứng đáng những ân tình của ông anh lớn và 2 vị Nguyên Tánh, Nguyên Minh ở Cali..."

Còn tôi, khi nhận được Lời tựa này, tôi cũng hết sức vui mừng viết ngay cho anh Ngọc: *"Bài của anh ngoài sự mong đợi của chúng em."*

Khoảng tháng 2/2015, tôi gửi tặng anh Ngọc các file Word tập tài liệu gồm rất nhiều bài viết của anh mà tôi đã cặm cụi, rị mọ "gõ" vào máy gần 3.000 trang; lại bạo gan viết bài khá dài *"Thử sơ phác chân dung Đỗ Hồng Ngọc"* và *"Nhân sinh quan Đỗ Hồng Ngọc"*. Anh Ngọc thấy lạ liền đăng một vài đoạn lên Trang Nhà của anh và khen tôi là *"... một người nghiêm túc, cẩn mật, nhiệt tâm và rất dễ thương..."* Tôi xem đó là lời dặn dò của một người anh cả.

Tình-anh-em giữa tôi và Văn Công Tuấn đã hơn 50 năm rồi, và chúng tôi đã thưa trình điều này trong 2 cuốn sách đã xuất bản của anh. Tôi chỉ xin thưa thêm điều này: Phải chi chúng tôi *"gặp lại"* sớm hơn thì anh ấy có thể đã viết thêm được nhiều tác phẩm hơn. Vì rằng chúng tôi luôn cần nhau, có nhau, tin nhau trong cuộc sống.

Trong Lời Giới Thiệu cuốn *Vằng Vặc Một Mảnh Lòng* do tôi tuyển chọn, Nguyễn Minh Tiến viết: *"... nhưng người thực hiện thì quả thật chưa hề quen biết. Thế nhưng, đọc qua những lời trình bày về việc thực hiện tuyển tập này rồi, tôi dường như cảm nhận được một sự gần gũi và đồng cảm thật sâu sắc."* ... ... *"Và quả thật như đã sẵn có tình thân từ kiếp nào, chỉ qua vài lần trao đổi điện thư trong lúc chỉnh sửa sách, chúng tôi đã trở thành những người bạn thân thiết trong đạo pháp cũng như trong văn chương, học thuật. Nói đúng hơn là tình anh em..."*

"Và quả thật như đã sẵn có tình thân từ kiếp nào." Câu nói ngắn gọn, dung dị mà sâu sắc, lay động tâm can, dường như Nguyễn Minh Tiến đã viết cho cả bốn anh em chúng tôi qua lần hội ngộ đầu tiên trong cuốn *Chớ Quên Mình Là Nước*.

Để kết thúc bài viết này, tôi xin nói thêm vài điều:

Tôi đọc lại *Hoàng Tử Bé* - bản dịch thơ mộng và tuyệt vời của Bùi Giáng - vì cứ hình dung Văn Công Tuấn, qua cuốn sách *Chớ Quên Mình Là Nước*, như một "Hoàng Tử Bé" mải mê một cách ân cần, chu đáo, chí tình, chí nghĩa trong việc chăm sóc và giữ gìn môi trường sống quanh mình. Không yêu thương ngôi nhà của mình, không yêu thương môi trường, thiên nhiên, không trăn trở với chuyện Nước Nước Non Non thì làm sao yêu thương được đồng loại? Xin gửi tặng Văn Công Tuấn những đóa hồng đẹp nhất từ tiểu hành tinh của Hoàng Tử Bé. Đó là những đóa hoa tâm linh.

Tôi nhớ đã đọc đâu đó đoạn văn này: *"Đối với Hoàng tử bé là trách nhiệm với tiểu hành tinh B612, cũng chính là nhà của cậu. Chuyện này khiến tôi liên tưởng đến con ốc sên mỗi ngày mang cái vỏ nặng nề của mình đi đây đi kia. Cái vỏ ấy làm cho ốc chậm chạp biết bao, nhưng ốc không thể bỏ xuống. Bởi vì đó là nhà của mình, nặng mấy cũng phải mang."*

Chúng tôi gọi tắt cuốn sách này của Văn Công Tuấn là SÁCH NƯỚC, và bây giờ xin gọi thêm là SÁCH ƯỚC.

Và điều này không chỉ của riêng tôi!

Nguyên Tánh Nguyễn Hiền-Đức
Như một món quà
trước cuộc hội ngộ Tam nguyên.[1]

Santa Ana, California, chiều 23.07.2019

---

[1] Như một sự tình cờ, Văn Công Tuấn có pháp danh là Nguyên Đạo, Nguyễn Hiền tôi có pháp danh là Nguyên Tánh và Nguyễn Minh Tiến có bút danh là Nguyên Minh. Tam nguyên chúng tôi: Văn Công Tuấn từ Đức quốc, Nguyễn Minh Tiến từ Việt Nam và Nguyễn Hiền ở California, Hoa Kỳ, đã cùng có mặt tại Westminster vào ngày 23.7.2019. Cuộc hội ngộ cũng đánh dấu ngày hoàn tất quyển sách này.

Tại nhà Nguyên Tánh Nguyễn Hiền-Đức, Santa Ana, California.
Từ trái sang: Nguyên Đạo, Nguyên Minh và Nguyên Tánh

Hội ngộ Tam nguyên tại Văn phòng Liên Phật Hội, Westminster, California.

Vợ chồng Nguyên Tánh Nguyễn Hiền-Đức (trái),
vợ chồng Nguyên Đạo Văn Công Tuấn (phải)
và Nguyên Minh Nguyễn Minh Tiến (giữa)

Đôi nét về tác giả Văn Công Tuấn

Kỹ sư, Chuyên viên về Điện toán ứng dụng trong Y khoa. Hiện sống và làm việc tại Cộng Hòa Liên Bang Đức

Tác phẩm đã xuất bản:

* *Xuôi dòng Cửu Long đậu bến Elbe/ Vom Mekong an die Elbe* (song ngữ Đức Việt, viết chung với Olaf Beuchling) NXB Abera Verlag Hamburg, 2013.

* *Cổ Thụ Lặng Bóng Soi.* NXB Tôn Giáo, 2016

* *Hạt Nắng Bồ Đề.* NXB Lao Động, 2018.

Văn Công Tuấn qua nét vẽ
họa sĩ Hoàng Thanh Phong
(Huế) - vẽ tại Bodh Gaya
Tháng 11/2018